அமெரிக்க சுதந்தரப் போர்

அமெரிக்க சுதந்தரப் போர்

பா. ராகவன்

எழுத்து பிரசுரம்

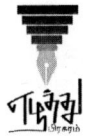

Title: America Suthanthira Por
Author's Name: Pa' Raghavan
Copyright © R. Ramya 2021
Published by Ezutthu Prachuram

All rights reserved. No part of this publication may be reproduced, stored in a retrieval system, or transmitted, in any form or by any means, electronic, mechanical, photocopying, recording, psychic, or otherwise, without the prior permission of the publishers.

Ezutthu Prachuram
(An imprint of Zero Degree Publishing)
No. 55(7), R Block, 6th Avenue,
Anna Nagar,
Chennai - 600 040

Website: www.zerodegreepublishing.com
E Mail id: zerodegreepublishing@gmail.com
Phone: 89250 61999

Ezutthu Prachuram First Edition: December 2021
ISBN: 978-93-91748-59-3
TITLE NO EP: 282

Rs. 90/-

Cover Design & Layout: Vijayan
Printed at Manipal Technologies, India.

பொருளடக்கம்

1. அமெரிக்க அப்பம் 7
2. டீ பார்ட்டி 13
3. ஜார்ஜ் வாஷிங்டன் 24
4. ரகசிய தகவல் தொடர்பும் ஒற்றர்களும் 34
5. போர் 44
6. முதல் அதிபர் யார்? 56
7. சுதந்தர அமெரிக்கா 65

1. அமெரிக்க அப்பம்

*அ*மெரிக்கா, ஐநூறு வருட சரித்திரம் கொண்ட தேசம். ஐநூறு வருடங்களில், அமெரிக்கா குறைந்தது நூறு யுத்தங்களிலாவது பங்கேற்றது. உள்நாட்டு யுத்தம் தொடங்கி உலக யுத்தங்கள் வரை. வியட்நாம் யுத்தம் தொடங்கி வளைகுடா யுத்தங்கள் வரை. பனிப்போர் தொடங்கி பாலைப்போர்கள் வரை.

அமெரிக்கா மேற்கொண்ட போர்களில் மிக முக்கியமானது, அமெரிக்க விடுதலைப் போர். அந்தப் போரில் மட்டும் அமெரிக்கா தோற்றிருந்தால் இன்றைக்கு அமெரிக்கா இல்லை. அமெரிக்க விடுதலைப்போர் என்பது, அமெரிக்காவில் வந்து குடியேறிய பிரிட்டிஷ்காரர்கள், தங்கள் தாய்பூமியான, சொந்த நாடான பிரிட்டனுடன் நடத்திய போர். ஆச்சரியமாக இருக்கிறதா? அதுதான் உண்மை. கொஞ்சம் விரிவாகப் பார்ப்போம்.

கொலம்பஸ் அமெரிக்காவைக் கண்டுபிடித்த பிறகு, எல்லாஐரோப்பியநாடுகளும்அமெரிக்கஅப்பத்தில் ஆளுக்கொரு பக்கம் பிய்த்துக்கொள்ளும்பொருட்டு படையுடன் கிளம்பிவிட்டன. போர்ச்சுகீசியர்களும் ஸ்பானியர்களும் அமெரிக்க நிலப்பரப்பில் தம் குடியேற்றங்களை நிறுவத் தொடங்கிவிட்டார்கள்.

பதினாறாம் நூற்றாண்டின் இறுதி வருடங்களில் இங்கிலாந்து, ஹாலந்து, பிரான்ஸ் நாடுகள் அமெரிக்காவில் வந்து இறங்கின. அந்த தேசங்களுக்கும் அங்கே ஏற்கெனவே வந்து கூடாரமிட்டிருந்த ஸ்பெயின் மற்றும் போர்ச்சுகீசிய தேசத்தவர்களுக்கும் அடிக்கடி உரசல் உண்டாகி, தகராறாக மலர்ந்து, சண்டையாக வடிவம் பெற்று, ரத்தகளறியில் முடிந்தன. எல்லாம் மண்ணாசை.

தென் அமெரிக்காவின் பல தங்கச்சுரங்கங்கள் பாளம் பாளமாக போர்ச்சுகீசியர்களால் எடுத்துச் செல்லப்பட்டது தான் இந்தச் சண்டைகளின் ஆதார வேர்களுள் முக்கியமானது. எல்லா நாடுகளுமே வியாபாரம் செய்வதற்குத்தான் அமெரிக்கா வந்தன. ஆனால் சண்டையில் வியாபாரம் செத்துப் போனது. பதினேழாம் நூற்றாண்டின் தொடக்கத்திலேயே ஸ்பெயினும் போர்ச்சுகலும் அமெரிக்க மண்ணில் தம் செல்வாக்கை இழக்கத் தொடங்கிவிட்டன.

டச்சுக்காரர்களும் பிரெஞ்சுக்காரர்களும் தமக்கான இடம் தேடி முட்டிக்கொண்டிருக்கும்போதே இங்கிலாந்து மட்டும் ஒருவழியாக அமெரிக்க மண்ணில் தன் காலனிகளை வெற்றிகரமாக நிறுவத் தொடங்கிவிட்டது. அமெரிக்காவில் நிகழ்ந்த முதல் பிரிட்டிஷ் குடியேற்றம், வர்ஜீனியாவாகும்.

அப்போது இங்கிலாந்தை ஆண்டுகொண்டிருந்தவர், முதலாம் ஜேம்ஸ் என்னும் மன்னர். 1607ல் இவரது பெயரில் தான் ஜேம்ஸ் டவுன் என்னும் சிறு நகரம் அமெரிக்காவில் நிறுவப்பட்டது. இந்த டவுனைச் சுற்றித்தான் வர்ஜீனியா குடியேற்றப் பிரதேசம் உண்டானது.

ஒரு தேசம் அல்லது காலனி அல்லது கிராமம், நகரம் என்று எது புதிதாக உண்டானாலும் அங்கு மக்கள் வந்து வசிக்கவேண்டுமென்றால் முதலில் அவர்கள் செய்வதற்கு ஜோலி வேண்டுமில்லையா? பிழைப்புக்கு உரிய வழிபண்ணித்தராவிட்டால் யார் வந்து வசிப்பார்கள்? அதுவும் கடல் கடந்து? தேசம் தாண்டி? கண்டம் தாண்டி?

ஆகவே மன்னர் ஜேம்ஸின் யோசனைப்படி வர்ஜீனியா பிராந்தியத்தில் நிறைய புகையிலைத் தோட்டங்கள் ஏற்படுத்தப்பட்டன. அந்த இடத்து சீதோஷணத்துக்கு புகையிலை அருமையாக வளரும். புகையிலைத் தோட்டங்களை வாங்கி நிர்வகிக்க இங்கிலாந்திலிருந்து பல பிரபுக் குடும்பங்கள் அமெரிக்காவுக்கு இடம்பெயர்ந்தன. கூடவே தோட்டத்தில் கூலி வேலை செய்வதற்கு ஆப்ரிக்காவிலிருந்து ஏராளமான அடிமைகளையும் 'இறக்குமதி' செய்துகொண்டார்கள்.

இத்தனை காரியங்களையும் அமெரிக்காவில் உட்கார்ந்துகொண்டு செய்துமுடிக்க மன்னர் ஜேம்ஸ் ஒரு கம்பெனியை உருவாக்கி அனுப்பியிருந்தார். (இந்தியாவுக்குக் கிழக்கிந்திய கம்பெனியை அனுப்பியது போல.) கம்பெனி தன்

வேலையைச் செம்மையாகச் செய்துமுடித்துவிட்டு 1624ல் வர்ஜீனியா நிர்வாகத்தைச் சமர்த்தாக மன்னரிடம் கொடுத்துவிட்டு ஊர் திரும்பியது.

திட்டம் இது தான். அமெரிக்கக் குடியேற்றப் பிரதேசத்தை ஒரு கவர்னர் ஆட்சி செய்வார். அவருக்கு ஆலோசனை சொல்ல ஒரு சபை. முடிவுகள் எதுவும் இங்கிலாந்தில் மட்டுமே எடுக்கப்படும். வழக்கமான ஏற்பாடு தான். இதைச் செய்துமுடித்த கையோடு நியுபவுண்ட்லாந்திலும் பெர்முடாவிலும் அடுத்தடுத்து குடியேற்றங்களை நிறுவிவிட்டார்கள்.

இங்கிலாந்து மன்னரின் ஏற்பாட்டின்படி இப்படிக் குடியேற்ற நாடுகள் அமெரிக்க நிலத்தில் பெருகியது ஒரு பக்கம் என்றால் இங்கிலாந்தின் சிறைத் துறையின்பால் அதிருப்தியடைந்த அந்நாட்டைச் சேர்ந்த ஜேம்ஸ் ஒக்லெதொர்ப் என்னும் தனி நபர் ஒருவர், சிறை மீண்ட பிரிட்டிஷ் பிரஜைகளின் புனர்வாழ்வுக்கென தனியே அமெரிக்காவில் ஒரு காலனியை அமைத்தார். அது தான் ஜார்ஜியா. இப்படி அவர்கள் அமைத்த ஏராளமான குடியிருப்புகளில் மொத்தம் பதிமூன்று காலனிகள் மிகச்சிறப்பானவை. அட்லாண்டிக் கடற்கரையோரம் அமைந்த அந்தப் பதிமூன்று காலனிகள் ஒருங்கிணைந்ததன் தொடர்ச்சியாகத்தான் பின்னாளில் ஐக்கிய அமெரிக்க தேசம் உண்டாயிற்று. (ஒவ்வொரு காலனியும் குறைந்தபட்சம் ஒரு தமிழ்நாடு, ஒரு ஆந்திரா சைஸுக்காவது இருந்தன என்பதை கவனிக்கவேண்டும்.)

ஒரு பக்கம் இந்த இங்கிலாந்துக் காலனிகள் என்றால் மறுபக்கம் டச்சுக்காரர்களும் பிரஞ்சுக்காரர்களும் தத்தம் காலனிகளை அமைத்துக்கொண்டிருந்தார்கள். தொழில்கள் பெருகின. வேலை வாய்ப்புகள் உண்டாகின. விவசாயம் முறைப்படுத்தப்பட்டு நவீன வேளாண்மை உத்திகள் அறிமுகப்படுத்தப்பட்டன.

இங்கிலாந்திலிருந்து வந்து குடியேறிய மக்களின் ஒரிரு தலைமுறைகள் அமெரிக்க மண்ணில் வேர்கொண்டுவிட, 18ம் நூற்றாண்டின் தொடக்கத்திலேயே அங்கே வாழ்ந்த மக்களுக்குத் தாம் வந்தேறியவர்கள் என்னும் உணர்வு பெரும்பாலும் இல்லாமலாகி விட்டது! அதாவது அமெரிக்காவில் வாழ்ந்துவந்த பிரிட்டிஷ் வம்சவழியினர் தம்மை அமெரிக்கர்களாகவே உணரத்தொடங்கிவிட்டார்கள்!

இதன் விளைவு? எங்கோ தூரத்தில் உட்கார்ந்துகொண்டு அநியாயத்துக்கு அதிகாரம் பண்ணிக்கொண்டிருந்த பிரிட்டனுக்கு எதிராக அமெரிக்கர்கள் போர்க்கொடி தூக்கும் அளவுக்கு ஆகிவிட்டது.

அமெரிக்க சுதந்தரப்போர் என்று வருணிக்கப்படும் இந்தக் கலகத்தில், அமெரிக்காவில் பிரிட்டனால் உருவாக்கப்பட்ட பதிமூன்று காலனி நாடுகளும் பிரிட்டனுக்கு எதிராகக் களமிறங்கின! நம்பமுடியாத சரித்திர நிஜம் இது. அட்லாண்டிக் கடலெங்கும் ரத்த அலை பொங்கச் செய்த அந்தப்போரே ஒரு ஆச்சர்யம் என்றால், போரின் விளைவு இன்னொரு மகத்தான ஆச்சர்யம்.

உண்மையில் அமெரிக்க சரித்திரம் என்பது இந்தப் போரிலிருந்து தான் தொடங்குகிறது. அமெரிக்காவில் வந்து குடியேறிய பிரிட்டிஷார் அத்தனை பேரும் தம்மை அமெரிக்க மண்ணின் மைந்தர்களாகவே கருதிக்கொண்டு, தாய்நாட்டை எதிர்த்துப் போரிடத்தொடங்கிய அந்தச் சம்பவம் -

உலக சரித்திரத்திலேயே முதலும் முடிவுமாக நடைபெற்ற ஒரு வினோதமான யுத்தம்.

பொதுவாக யுத்தம் என்று வந்தால் பிளவுகள் தான் நிறைய தோன்றும். ஆனால் அமெரிக்க யுத்தம் அன்று ஒரு உண்மையை வெளிச்சமிட்டுக் காட்டியது. நெருக்கடி நேரத்தில் அமெரிக்கா முற்றிலும் வேறு ஜாதி என்பதே அது.

பதிமூன்று குடியேற்ற தேசங்களும் ஒட்டுமொத்தமாக அப்போது ஒன்றிணைந்தன. இனிஎக்காரணம்கொண்டும்பிரிந்துவாழ்வதில்லை என்று முடிவு செய்தன. பிரிட்டனைப் போரில் வென்றன. தம் தனி தேச அடையாளங்களைத் துறந்து, அமெரிக்க ஐக்கிய நாடாக மாறின!

2. டீ பார்ட்டி

அந்தத் துறைமுகம் ஜகஜ்ஜோதியாக இருந்தது. இரவின் ஒளியில் நீர்ப்பரப்பு தகதகத்துக் கொண்டிருந்தது. போதிய இடைவெளியில் நாலைந்து கப்பல்கள் நின்றுகொண்டிருந்தன. எல்லாம் இந்தியாவிலிருந்து வந்த கப்பல்கள். ஒவ்வொரு கப்பலிலும் மூட்டை மூட்டையாகத் தேயிலை. இருநூறு வருஷங்களுக்கு முன்பே அவற்றின் மதிப்பு பல லட்சங்கள். அமெரிக்காவில் இருந்த அத்தனை பிரிட்டிஷ் காலனி நாடுகளுக்கும் சுமாராக ஒருவருஷத்துக்குத் தேவையான தேயிலை மூட்டைகள் அவை.

இந்தியாவும் அப்போது ஒரு பிரிட்டிஷ் காலனி தான் இல்லையா? ஆகவே இந்தியாவில் கணக்கு வழக்கில்லாமல் விளையும் தேயிலையை அமெரிக்காவுக்கு எடுத்துப் போவதன் மூலம் நிறைய விஷயங்களில் பிரிட்டனுக்கு லாபம் இருந்தது.

ரொம்ப முக்கியமான லாபம், நிறையத் தேயிலை மூட்டைகளை எடுத்துப் போய் அமெரிக்க மண்ணில் நிரப்பிவிட்டால் அங்கே தேயிலையின் விலை படுத்துவிடும். மக்களுக்குக் குறைந்த விலையில் தேயிலை கிடைக்கும். அந்தக் கணக்கைச் சரிக்கட்டும்விதமாக, அமெரிக்காவில் இறங்கும் தேயிலை மூட்டைகளுக்கு வரி விதிக்கலாம் என்பது பிரிட்டனின் திட்டம். (லார்டு நார்த் என்னும் பிரிட்டிஷ் நிதியமைச்சர் உருவாக்கிய திட்டம் இது!)

இந்தத் தந்திரம் அமெரிக்க காலனி நாடுகளுக்கு மிகுந்த எரிச்சலைத்தந்தன. ஏதாவது செய்து பிரிட்டனைப் பழிவாங்கிவிடவேண்டும் என்று முடிவு செய்தார்கள்.

அது பாஸ்டன் துறைமுகம். அங்கே தான் இந்தியாவிலிருந்து தேயிலை மூட்டைகளை எடுத்து வந்த கப்பல்கள் நின்றுகொண்டிருந்தன. கப்பல்களிலிருந்து மூட்டைகள் ஊருக்குள் வந்துவிட்டால் ஒன்றும் செய்யமுடியாது.

ஆகவே, நூற்றுக்கணக்கான அமெரிக்கர்கள் ஒன்று கூடி ஆலோசித்தார்கள். ஒரே வழி. அமெரிக்க ஆதிவாசிகளான செவ்விந்தியர்கள் போல் வேடம் அணிந்து இரவோடு இரவாகத் துறைமுகத்தில் நுழைந்து கப்பல்களில் ஏறினார்கள். பல லட்சக்கணக்கான மதிப்புள்ள தேயிலை மூட்டைகளை எடுத்துக் கடலில் வீசத்தொடங்கினார்கள்!

கரையிலிருந்து தற்செயலாக இதை கவனித்த பிரிட்டிஷ் பாதுகாப்பு அதிகாரிகள் நிலைகுலைந்து போனார்கள். தொண்டை கிழியக் கத்த ஆரம்பித்தார்கள்: "ஓ, மடையர்களே! நீங்கள் என்ன செய்கிறீர்கள்?"

"நாங்களா? அமெரிக்கக் காலனிகளின் மேல் அக்கறை பொங்கிவழியும் பிரிட்டனுக்கு எங்கள் நன்றியைத் தெரிவிக்கும் விதமாக டீ பார்ட்டி கொடுத்துக்கொண்டிருக்கிறோம்!"

'பாஸ்டன் தேநீர் விருந்து' என்று இந்தச்சம்பவம் சரித்திரத்தில் இடம் பெற்றதெல்லாம் பின்னால் நடந்த கதை. அமெரிக்க சுதந்தரப் போராட்டத்துக்கு இது தான் முக்கியக் காரணம் என்று பள்ளிக்கூடப் புத்தகங்கள் சொல்லிக்கொண்டிருக்கும்.

ஆனால், உண்மையில் இதைவிட மிக முக்கியமான பல காரணங்கள் உண்டு.

அதற்கு முன்னால், அமெரிக்க சுதந்தரப் போருக்கும் மற்ற தேசங்களின் (இந்தியா உட்பட) சுதந்தரப் போருக்கும் உள்ள வித்தியாசங்களைப் புரிந்துகொள்ளவேண்டும். இது ரொம்ப முக்கியம். வித்தியாசங்கள் பல என்றாலும் ஒற்றுமை ஒண்ணே ஒண்ணு தான். பெரும்பாலான தேசங்கள் இங்கிலாந்துக்கு எதிராகத்தான் போராடியிருக்கின்றன என்பதே அது! நூறு, நூத்தைம்பது வருஷத்துக்கு முன்னால் வரை வல்லரசு என்றால் இங்கிலாந்து தான். பின்னால் அணு ஆயுதங்கள் புழக்கத்துக்கு வந்துவிட்டபிறகு, வர்த்தகம் உலகளாவிய பிறகு,

டாலர் ஆளத்தொடங்கிய பிறகு, 'வல்லரசு' என்கிற சொல்லுக்கான இலக்கணங்கள் மாறிவிட்டன.

விஷயத்துக்கு வருவோம். அமெரிக்காவில் இருந்த பிரிட்டிஷ் காலனிகளுக்கும் பிரிட்டனுக்கும் பதினேழாம் நூற்றாண்டின் இறுதியிலேயே நிறைய விஷயங்களில் ஒத்துவரவில்லை. பொதுவாகக் கல்யாணம் ஆகிப் போன பெண்ணுக்கும் மாமியாருக்கும் தானே ஒத்துவராது? இங்கே தலைகீழ்க் கதை. பெண்ணுக்கும் அவள் அம்மாவுக்கும் ஒத்துவரவில்லை. பெண்ணுக்கு மாமியாரை ரொம்பப் பிடித்திருந்தது!

என்ன ஒரு வினோதம்! ஆனால் விஷயம் இருக்கிறது.

அமெரிக்காவில் குடியேற்ற நாடுகளை (காலனிகள்) நிறுவிய பிரிட்டன், அங்கே ஆட்சி நடத்த சில அமைப்புகளை உண்டாக்கியிருந்தது. முதலாவது, மக்களால் தேர்ந்தெடுக்கப்பட்ட ஒரு ஆளும் சபை. நம் சட்டசபை மாதிரி என்று வைத்துக் கொள்ளுங்களேன். ஆனால் அச்சு அசலான சட்டசபை இல்லை. கொஞ்சம் வேறு மாதிரி.

இந்த சபை சட்டங்கள் தீட்டும். திட்டங்கள் தீட்டும். ஓட்டுப்போடும். எல்லாம் செய்யும். ஆனால் எல்லாவற்றையும் இங்கிலாந்தில் உட்கார்ந்துகொண்டிருக்கிற மகாராஜா ஓகே சொல்லியாகவேண்டும். இங்கிலாந்து பாராளுமன்றம் ஏதாவது சட்டம் போட்டாலும் இந்தசபை ஏற்றுக்கொண்டாகவேண்டும். ஆனால் இந்த சபை போடும் சட்டங்களை (சத்தங்களையும்!)

இங்கிலாந்து ஏற்றுக்கொண்டாகவேண்டிய கட்டாயம் ஒன்றும் கிடையாது!

இங்கிலாந்து ஏஜெண்ட் மாதிரி ஒவ்வொரு குடியேற்ற நாட்டிலும் ஒரு கவர்னர் இருப்பார். அவருக்கு சோறு போட்டு, வீடு கொடுத்து, மற்ற பல வசதிகளையும் செய்து கொடுத்து, மாசாமாசம் சம்பளமும் கொடுத்து வைத்துப் பராமரிக்கவேண்டிய பொறுப்பு, அந்தந்தக் குடியேற்ற நாட்டு ஆளும் சபையினுடையது.

பிரச்னையே இங்கே தான்! இத்தனை செய்யும் சபைக்கு விசுவாசமாக கவர்னர் நடந்துகொள்வாரா என்றால் மாட்டார்! அவரது விசுவாசமெல்லாம் இங்கிலாந்துக்குத்தான்! அங்கிருந்து என்ன சொல்கிறார்களோ, அதைத்தான் அவர்செய்வார். இதைச்செய் என்றால் செய்வார். அதைச்செய்யாதே என்றால் செய்யமாட்டார். பேசு என்றால் பேசுவார். பேசாதே என்றால் காலவரையறையற்ற மௌனவிரதம் மேற்கொண்டுவிடுவார். மக்கள் சபை கொண்டுவரும் திட்டங்களையெல்லாம் சுருட்டித் தன் பைப்பில் திணித்து சொகுசாகப் புகை விடுவார். அவர்களுக்கு ஆதரவாக எதாவது மேலிடத்தில் சொல்லி நல்லது பண்ணுவாரா என்றால் கண்டிப்பாக மாட்டார்!

என்ன செய்வது? உலகம் முழுக்க மாமியார்-மருமகள்; மாநில அரசு - கவர்னர் உறவுகள் இப்படித்தான் இருந்திருக்கின்றன, காலம் காலமாக!

இதனால் குடியேற்ற நாடுகள் மிகவும் கடுப்பாயின. கவர்னரை மீறி அவர்களால் இங்கிலாந்துக்கு எதையும் எடுத்துச் செல்லமுடியவில்லை. வேண்டியதைக் கேட்டுப் பெறவும் வழியில்லை. சரி; இங்கிலாந்துப் பாராளுமன்றத்திலாவது குடியேற்ற நாடுகளுக்கென ஒரு பிரதிநிதியை நியமிக்கக்கூடாதா என்று மன்றாடிப்பார்த்தார்கள்.

ம்ஹும். அசைகிற வழியாகக் காணோம். போதாத குறைக்கு இங்கிலாந்து பாராளுமன்றம், அமெரிக்கக் குடியேற்ற நாடுகளுக்கான சட்டங்கள் என்று குயர் குயராக எழுதி அனுப்பிக்கொண்டே இருந்தார்கள்.

பார்த்தார்கள்.. இதெல்லாம் சரிப்படாது என்று, இங்கிலாந்திலிருந்து வரும் எந்தச் சட்டத்தையும் அமுல்படுத்தமுடியாது என்று குடியேற்றநாடுகளின் மக்கள் சபையினர் தீர்மானித்துவிட்டார்கள்.

போருக்கு இது மிக முக்கியமான காரணம்.

சில பர்சண்டேஜ் முக்கியத்துவம் குறைவான காரணங்களும் இருக்கின்றன.

அவற்றுள் முக்கியமானது, குடியேற்ற நாடுகளின் பாதுகாப்புப் பிரச்னை. ஏற்கெனவே இங்கிலாந்து தவிர, பிரான்சும் ஹாலந்தும் கூட அமெரிக்காவைக் கூறுபோடும் முயற்சியில் இருந்தன என்று பார்த்தோமல்லவா? அந்த நாடுகளும் அங்கே ஒரிரு இடங்களை வளைத்துப்போட்டு, தத்தம் காலனிகளை நிறுவியிருந்தன. *(ஆங்கிலேயர் ஆட்சியின்போதே இங்கே பாண்டிச்சேரி முதலான சில பகுதிகளில் பிரெஞ்சு ஆட்சி இருந்தது போல.)*

கிடைத்த நிலம் போதாமல் அந்த நாடுகள் மேலும் இடத்தை அபகரிக்க அவ்வப்போது பிரிட்டிஷ் காலனிக்கு உட்பட்ட பிராந்தியங்களின்மீது படையெடுத்துக் கொண்டிருந்தார்கள். மறுபுறம், அமெரிக்காவின் மண்ணின் மைந்தர்களான செவ்விந்தியர்கள் அவ்வப்போது விஷ அம்புப் போர் தொடுத்து பிரிட்டிஷ் காலனிக்குட்பட்ட கிராமப்புறங்களில் நிறைய பலி சாப்பிட்டுக்கொண்டிருந்தார்கள்.

இந்தத் தலைவலிகளிலிருந்து தப்பிக்க, நியாயமாக காலனி தேசங்கள் ஒன்று சேர்ந்து எதாவது உருப்படியான வழி செய்திருக்கவேண்டும்; ஆனால் செய்யவில்லை. ஆகவே குடியேற்ற நாடுகளின் பாதுகாப்புக்காக ஒரு ராணுவத்தையும் கப்பல்படையையும் உருவாக்க பிரிட்டன் முடிவு செய்தது.

நல்ல விஷயம் தான். ஆனால் அதிலும் ஒரு பொடி வைத்தார்கள். படையை நாங்கள் அமைத்துத் தருகிறோம். செலவின் ஒரு பகுதியை நீ ஏற்றுக்கொள்ள வேண்டும்!

இந்த மகத்தான யோசனையைக் கூறியவர் பிரிட்டிஷ் அமைச்சர் க்ரென்வில் (Grenville) என்பவர். யோசனையை அமுல்படுத்த, 1765ம் ஆண்டு முத்திரைச் சட்டம் என்றொரு சட்டத்தைக் கொண்டுவந்தது பிரிட்டிஷ் பாராளுமன்றம். இதன்படி எல்லா பத்திரங்களும் பிரிட்டிஷ் முத்திரையிடப்பட்ட தாளில் தான் எழுதப்பட வேண்டும். பச்சையாகச் சொல்வதென்றால்,

பிரிட்டன், தன் காலனி தேசங்களின்மீது நேரடியாக வரி விதிக்க உதவுகிற சட்டம் இது.

சும்மா விடுமா காலனி நாடுகள்? 'பாராளு மன்றத்தில் எங்களுக்குப் பிரதிநிதி இல்லாதபோது எங்களுக்கு வரி விதிக்க பிரிட்டனுக்கு எந்த உரிமையும் இல்லை' என்று தீர்மானமாகச் சொல்லி விட்டன. *(No taxation without representation).*

இது பெரிய ரகளையாகிவிட்டது. க்ரென்வில்லுக்கு அப்புறம் பதவியேற்ற அமைச்சர் ராக்கிங்ஹாம் வேறு வழியின்றி இந்தச் சட்டத்தை ரத்துசெய்தார். ஆனால் குடியேற்ற நாடுகளின்மீது பிரிட்டன் வரி விதிக்கும் உரிமை பெற்றிருப்பதாகப் பாராளுமன்றத்தில் தெரிவித்தார். இதற்கு அர்த்தம், 'இப்போது முத்திரைச்சட்டத்தை வாபஸ் பெறுகிறோம்; ஆனால் நாளைக்கு இதைவிட பேஜாரான இன்னொரு சட்டம் வரக்கூடும்' என்பது தான்!

சட்ட அமைச்சர் இப்படியென்றால் பிரிட்டனின் அப்போதைய நிதி அமைச்சர் இன்னொரு காரியம் செய்தார். குடியேற்ற நாடுகளின் பாதுகாப்புக்காக ராணுவமும் கடற்படையும் அனுப்ப முடிவு செய்தார்களல்லவா? அந்தத் தொகையைப் பெற தேயிலை போன்ற சில பொருட்களின் மீது வரி விதித்தார். அதாவது அமெரிக்காவிலுள்ள பிரிட்டிஷ் குடியேற்ற நாடுகளுக்குக் கொண்டுபோகப்படும் பொருட்களின் மீது இந்த வரி. துறைமுகங்களிலேயே ரைட் ராயலாக வசூலித்துவிடுவார்கள்.

காலனி அரசுகள் இதையும் எதிர்த்தன. ஆகவே லார்ட் நார்த் என்னும் அடுத்த நிதியமைச்சர், இந்தியாவிலிருந்து அமெரிக்கா கொண்டுபோகப்படும் தேயிலை மூட்டைகளை உத்தேசித்து இன்னொரு தேயிலைச் சட்டம் வகுத்தார். அந்தச் சட்டத்தின் விளைவைத்தான் இந்த அத்தியாயத்தின் தொடக்கத்தில் பார்த்தோம்.

பாஸ்டன் துறைமுகத்தில் நடந்த கலாட்டா உண்மையில் பிரிட்டிஷ் பாராளுமன்றத்தை ஓர் உலுக்கு உலுக்கிவிட்டது. அது பிரிட்டனின் தன்மானத்தின் மீது விழுந்த அடி. அன்றைய உலக நாடுகள் அனைத்துமே இங்கிலாந்துக்கு இருபத்திநாலு மணிநேரமும் சலாம் போட்டுக்கொண்டிருக்க, கேவலம், பிரிட்டனின் சொந்தக் காலனிகள் சில ஒன்று சேர்ந்து அவமானப் படுத்துவதா?

ஆகவே சும்மா இருப்பதில்லை என்று முடிவு செய்தார்கள். உடனே அமெரிக்க காலனி நாடான மாசாஸ¤ஸெட்ஸ¤க்கு அளிக்கப்பட்டிருந்த அத்தனை உரிமைகளையும் பிரிட்டன் ரத்து செய்தது.

போருக்கான உடனடிக் காரணமாக இதுவே ஆனது.

இன்னும் கூடச் சில காரணங்கள் உண்டு. வியாபார விஷயங்களில் பிரிட்டன் விதித்த நிபந்தனைகள் மனுஷ ஜென்மமாகப் பிறந்த யாருமே ஏற்கக் கூடியதாக இல்லை அப்போது. ஏகப்பட்ட நிபந்தனைகள். பிரிட்டனைத் தவிர வேறு எந்த தேசத்துடன் குடியேற்ற நாடுகள் நேரடி வர்த்தகம்

செய்யக்கூடாது; பிரிட்டிஷ் கப்பல்களில் தான் சரக்குகளைக் கொண்டுபோகவேண்டும் என்று தொடங்கி பல சட்ட அபத்தங்களை விதித்தது. சட்டம் என்றால் சட்ட மீறல் என்பதும் உண்டல்லவா?

ஆகவே கள்ள வியாபாரம் வெள்ளமெனப் பெருகத்தொடங்கிவிட்டது.

மாசாஸ¤ஸெட்ஸ் குடியேற்றப் பகுதியின் உரிமைகளை பிரிட்டன் ரத்து செய்ததுமே மற்ற அனைத்து காலனிகளும் முழுதாக விழித்துக்கொண்டுவிட்டன. உடனே (1774ல்) பிலடெல்பியாவில் ஒரு சர்வ காலனி மாநாட்டுக்கு ஏற்பாடு செய்தார்கள். ஜார்ஜியா தவிர அனைத்து காலனி தேசங்களும் அதில் கலந்துகொண்டன. அங்கே இரண்டு முடிவுகள் எடுக்கப்பட்டன.

ஒன்று, பிரிட்டன் பகலுக்கொன்று, இரவுக்கொன்று என்று தினசரி கொண்டுவரும் புதுச்சட்டங்கள் அனைத்தும் ரத்துசெய்யப்படவேண்டும்.

ரெண்டு, இது நடக்கும்வரை பிரிட்டனுடன் வியாபாரத்தொடர்புகள் முற்றிலுமாகத் துண்டிக்கப்படும்.

இரண்டும் வேலைக்கு ஆகவில்லை. பிரிட்டன் தான் பிடித்த முயலுக்கு மூன்றேமுக்கால் கால் தான் என்று தொடர்ந்து வாதாடிக்கொண்டிருந்தது. பாஸ்டனில் தங்கியிருந்த பிரிட்டிஷ் படை, காலனி நாடுகள் போருக்குத் தயாராவதைக் கண்டு, அதைத் தடுக்க ஏற்பாடுகள் செய்ய ஆரம்பித்தது.

வேறு வழியே இல்லை என்னும் நிலை உண்டானது, 1775ல். குடியேற்ற நாடுகள் அனைத்தும் அமெரிக்கப் பிள்ளையார் சுழி போட்டு லெக்ஸிங்டன் என்னும் இடத்தில் முதல் முதலாக பிரிட்டிஷ் படையுடன் மோதத் தொடங்கியது.

அது திட்டமிடாத போர். சரியான தளபதி யாரும் கிடையாது. "எதற்கும் சண்டை போட்டுக்கொண்டிருங்கள்; உருப்படியான ஒரு தளபதியைப் பிடித்துக்கொண்டு வருகிறோம்" என்று காலனி நாடுகளின் கூட்டமைப்பு அதிகாரிகள் தம் வீரர்களிடம் சொல்லிவிட்டு தளபதி 'தேட' ஆரம்பித்தார்கள்.

வர்ஜீனியாவில் ஒரு தோட்டப்பண்ணை முதலாளியாயிருந்த ஒருத்தரை கட்டக்கடைசியில் கண்டுபிடித்துக் கொண்டுவந்து 'இவர்தான் தளபதி' என்று முன்னிறுத்தினார்கள்.

காலனிப் படையினருக்கு அவரை முன்னதாக அவ்வளவாகத் தெரியாது. ஏன், யுத்த நிர்வாகிகள் பலருக்கே கூட அவர் புதுமுகம். மக்களுக்கு? கேட்கவே வேண்டாம்!

பலருக்கு அவர் பெயர் கூடத் தெரியாது. ஆனால், அந்தத் தோட்டப் பண்ணை முதலாளிதான் அமெரிக்காவின் தலையெழுத்தையே மாற்றி எழுதினார். 'அமெரிக்காவின் தந்தை' என்று பின்னாளில் வருணிக்கப்பட்டார். அவர் பெயர் ஜார்ஜ் வாஷிங்டன்.

3. ஜார்ஜ் வாஷிங்டன்

வாஷிங்டனின் அப்பா ஒரு இரும்பு ஆலை வைத்து நடத்திக்கொண்டிருந்தவர். பெரிய பண்ணையாரும் கூட. வர்ஜீனியா மாகாணத்தில் *(அவர் காலத்தில் அது வர்ஜீனியக் காலனி)* அவருக்கு ஏராளமான நிலமும் பண்ணைகளும் இருந்தன. சைடு பிசினஸாக ஒன்றிரண்டல்ல; ஏகப்பட்ட வியாபார நடவடிக்கைகளும் வைத்துக்கொண்டிருந்தார். ஒரு வரியில் சொல்வதென்றால், அமெரிக்காவின் முதல் தலைமுறைப் பணக்காரர்களுள் அவர் ஒருவர்.

ஆகவே வாஷிங்டனின் இளமைப்பருவம் செழிப்பாகத்தான் இருந்தது. *(பிறப்பு: 1732 பிப்ரவரி 22).* நினைத்துக்கொண்டால், குதிரையில் தாவி ஏறி ஜோராக ஒரு சுற்று சுற்றிவரக் கிளம்பிவிடுகிற ஜாலி டைப். இளமையிலேயே அவருக்கு வேட்டையிலும் மீன் பிடிப்பதிலும் அபார மோகம் இருந்தது. எப்போதாவது படகுச் சவாரி

செய்யவேண்டும் என்று தோன்றினால் நாள் கணக்காக நீரில் மிதப்பார். கட்டற்ற சுதந்தரம்; கணக்கற்ற வாய்ப்புகள். பணக்கார வீட்டுப் பிள்ளை அல்லவா? அமர்க்களமாக அனுபவித்தார்.

ஆச்சர்யம், கேளிக்கைகளுக்கு நிகராக அவருக்குப் படிப்பிலும் தீவிரமான ஆர்வமும் ஈடுபாடும் இருந்தது. தவிர, தனக்கென பிரத்தியேகமாகச் சில விதிமுறைகளையும் மிக இளம் வயதிலிருந்தே வகுத்து வைத்துக்கொண்டிருந்தார். தமது பதினைந்தாம் வயதிலிருந்து ஒரு நாள் தவறாமல் டைரி எழுதி வந்திருக்கிறார் வாஷிங்டன். (1799 டிசம்பர் 14ம் தேதி இறப்பதற்கு முந்தைய தினம் வரை எழுதியிருக்கிறார்.) தமது தினசரிச் செலவுகளைத் தவறாமல் எழுதி வைத்து, வருஷக் கடைசியில் மொத்த செலவுகளைக் கூட்டிப் பார்த்து, எது எதிலெல்லாம் சிக்கனமாக இருந்திருக்கலாம் என்று குறித்துவைத்து, அடுத்த வருஷத்திலிருந்து அதைக் கடைப்பிடிக்கும் வழக்கமும் அவருக்கு இருந்திருக்கிறது.

வாஷிங்டன் காலத்தில் அமெரிக்கக் காலனி இளைஞர்களின் விருப்பமான பாடம் வரலாறு. நம்மூரில் இஞ்சினீரிங் கல்லூரிகளுக்கு இப்போது படையெடுக்கும் கூட்டம் மாதிரி அந்நாளில் வரலாறு படிக்கப் பெரும் படை சேரும். ஆனால் வாஷிங்டனுக்கு வரலாறில் அத்தனை நாட்டம் இருந்ததாகத் தெரியவில்லை. பண்ணையார் பிள்ளையாக இருந்தாலும் அவருக்கு ராணுவக்கதைகள் கேட்பதில் ஆர்வம் அதிகம் இருந்தது.

காரணம், அவரது நண்பரும் கொஞ்ச தூரத்து உறவினருமான லாரன்ஸ் என்பவர் அப்போது பிரிட்டிஷ் ராணுவத்தில் உத்தியோகம் பார்த்துக் கொண்டிருந்தது தான். அவர் மிலிட்டரியில் இருந்தாரா, மிலிட்டரி ஓட்டலில் இருந்தாரா, மிலிட்டரியில் என்னவாக இருந்தார் என்கிற விவரம் தெரியவில்லை. ஆனால் இளம் வாஷிங்டன் மனத்தில் ராணுவம் குறித்த உயர்ந்த சிந்தனைகளையும், அதில் சேருவதில் உண்டான பெருமையையும் ஆழமாக விதைத்தவர் அவர் தான். லாரன்ஸ், வாஷிங்டனுக்குச் செய்த மிக முக்கியமான - அதேசமயம் மறைமுகமான உதவி, போர்க்களக் காட்சிகளை ஒரு கதை போல விவரித்து, இளம் வாஷிங்டன் மனத்தில் வீரத்தையும் தேசப்பற்றையும் வேரூன்றச் செய்தது தான்.

வாஷிங்டனின் வாழ்வில் இது மிக முக்கியமான திருப்பம். ஒரு வேளை அவர் தன் தகப்பனாரைப் போல ஒரு பண்ணையாராகவே பிற்காலத்தில் ஆகியிருக்கக் கூடும். அப்படியும் வர்ஜீனியா அளவில் புகழ் பெற்றிருப்பார். இப்படி வானளாவிய சாதனைகள் செய்திருக்கமுடியாது.

ஆரம்பப் பள்ளிக் கட்டத்தையெல்லாம் தாண்டி அவர் மேற்படிப்புக்குத் தயாரானபோது அவரது தந்தை இறந்துபோனார். சொந்த சோகத்தை ஒதுக்கிவைத்துவிட்டு, கடற்படையில் சேர வாஷிங்டன் உத்தேசித்திருந்தபோது, அவரது அம்மா அந்த ஐடியாவுக்கு மங்களம் பாடினார். குலக்கொழுந்தாக இருக்கிற ஒரே பையனைக் கடலுக்கு அனுப்புவதாவது?

சான்ஸே இல்லை என்று சொல்லிவிட்டார். ஆகவே வாஷிங்டன் சற்றும் சம்பந்தமில்லாத சர்வேயர் படிப்புக்குப் போகவேண்டியதானது. இந்தக் காலத்து சிவில் எஞ்சினீரிங் டிப்ளமோ கோர்ஸ் மாதிரி ஒரு படிப்பு அது.

ஆனாலும் அவரது ராணுவ ஆசை தீரவில்லை. இன்னும் கொஞ்சம் வளர்ந்தபிறகு, தாம் விரும்பிய கடற்படையில் சேராவிடினும் வர்ஜீனியா காலனி ராணுவத்தில் சேர்ந்து, ஏதாவது போர் வருமா என்று காத்துக்கொண்டிருந்தார். அந்த ராணுவம், பிரிட்டிஷ் படைக்கு உதவி செய்ய நிறுவப்பட்டிருந்த துணை ராணுவம். பிரஞ்சு காலனிப் படையெடுப்புகளின்போது ஏகப்பட்ட உதை வாங்கியிருந்த ராணுவம்.

அங்கே யாரும் முறைப்படி போர்ப் பயிற்சி பெற்றவர்களில்லை என்பதே காரணம். வாஷிங்டன் தன் ஆர்வத்தாலும் ஈடுபாட்டாலும் மிகக்குறுகிய காலத்திலேயே அப்படையின் மேஜர் ஆனார். அவரது வழிநடத்தலின் போதும் அப்படை பெற்ற வெற்றிகளைக் காட்டிலும் தோல்விகளே அதிகம்.

கொஞ்சகாலம் இப்படி உப்புசப்பில்லாத ராணுவ வாழ்க்கை வாழ்ந்துவிட்டு ஊர் திரும்பினார் வாஷிங்டன்.

ராணுவத்தில் உப்பு சப்பில்லை என்று சும்மா இருந்துவிடுவதா? ஆகவே அவர் கல்யாணம் பண்ணிக்கொண்டார். மார்த்தா டாண்ட்ரிட்ஜ் என்கிற அந்தப் பெண்மணி பெரிய பணக்காரக்

குடும்பத்தைச் சேர்ந்தவர். ஆகவே ஏகப்பட்ட சீதனங்களுடன் தான் அவர் வாஷிங்டனின் வீட்டுக்கு மருமகளாக வந்தார். அவர் கொண்டுவந்த சீதனங்களுள் முக்கியமான இரண்டு -

அவரது இரு சிறு மகன்கள்!

ஆம்! வாஷிங்டனின் மனைவி ஒரு 'முன்னாள்' விதவை. ஆயினும் என்ன? இரண்டுபேருக்கும் ஒருத்தரை ஒருத்தர் பிடித்துப் போயிற்று; தீர்ந்தது விஷயம்.

ஆனால் வாஷிங்டனை மணந்த அந்தப் பணக்கார விதவைப் பெண்மணி, தமது வாழ்நாள் முழுவதும் அவருக்கு சேவை செய்வதில் ஒரு குறையும் காட்டவில்லை. சொல்லப்போனால், தேசம், சுதந்தரம், போர் என்று வாஷிங்டன் சுற்றக் கிளம்பிவிட, அவரது மாபெரும் பண்ணைகளையும் வீட்டையும் காசு கணக்குகளையும் படு சுத்தமாக நிர்வகித்தது மார்த்தா டாண்ட்ரிட்ஜ் தான். பெரிய பக்தை அவர். வர்ஜீனியா மாகாணத்திலிருந்த அத்தனை சர்ச்களிலும் அவரை மாதம் ஒருமுறையாவது கண்டிப்பாகப் பார்க்கலாம். கூடவே சமூக சேவைகளிலும் அவருக்கு ஆர்வம் இருந்தது.

இந்தக் காலகட்டத்தில் வாஷிங்டன் வர்ஜீனிய மாகாணத்தின் நிர்வாக சபையில் ஊழியம் செய்யத்தொடங்கியிருந்தார் (1758). பிரமாதமாக நிர்வாக சாதனைகள் ஏதும் புரியவில்லை என்றாலும் இரண்டொரு உருப்படியான சொற்பொழிவுகள் ஆற்றியதன் மூலம் கொஞ்சம்

உள்ளூரில் தெரிந்தவராயிருந்தார். அந்தச் சில சொற்பொழிவுகள், பிரிட்டனுக்கு எதிரானவை.

ஏற்கெனவே வாஷிங்டன், பிரிட்டனின் எதேச்சாதிகாரத்தைக் கண்டித்துத் தனிப்பட்ட முறையில் சில கட்டுரைகள் எழுதியிருந்தார் என்றாலும் அவரது சுதந்தர தாகம் முதல் முதலாக வெளியே தெரியத்தொடங்கியது அந்தப் பேச்சுகளின் மூலம் தான்.

இந்த சந்தர்ப்பத்தில்தான், 1774ல் அமெரிக்கக் காலனிகளின் முதல் மாநாடு (காங்கிரஸ்) பிலடெல்பியாவில் நடந்தது. வர்ஜீனிய காலனியின் பிரதிநிதிகளுள் ஒருவராக வாஷிங்டன் அதில் கலந்துகொள்ளச் சென்றார். அந்த மாநாடு, நம் திராவிடக் கட்சிகளின் பொதுக்குழு மாதிரி நடந்திருக்கும்போலிருக்கிறது.

தலைக்குத்தலை பேசினார்கள். யார் யார் என்னென்ன பேசினார்கள் என்று ஒருத்தருக்கும் புரியவில்லை. வாஷிங்டனுக்குப் பேசுகிற வாய்ப்பே கிடைக்கவில்லை. இரண்டு முடிவுகள் மட்டும் எடுத்தார்கள். பிரிட்டன் தொடர்ந்து சட்டம் போட்டுக்கொண்டே இருக்கக்கூடாது. அதுகாறும் போட்டிருந்த சட்டங்களை வாபஸ் வாங்காதபட்சத்தில் ஒரு வியாபார ஒத்துழைப்பும் கிடையாது.

கூட்டம் அத்துடன் கலைந்தாலும், வாஷிங்டன் மேடையேறிப் பேசாதபோதிலும் அவர் தான் அந்த மாநாட்டின் 'சென்டர் ஆ·ப் அட்ராக்ஷனாக' இருந்தார்! காரணம், அவருக்கு இருந்த ஆழமான

ராணுவ அறிவு. என்ன செய்தால் பிரிட்டனை நடுங்கவைக்கலாம் என்று சிந்துபாத் கதை மாதிரி விலாவாரியாகத் தம் நண்பர்களுக்குச் சொல்லிக்கொண்டிருந்தார். மாநாட்டு மேடையில் இருந்தவர்கள் தவிர, மற்ற அனைத்து காலனிப் பிரதிநிதிகளும் மாநாடு முடியும்வரை வாஷிங்டனைச் சுற்றியே இருந்தார்கள். பேச்சு, பேச்சு, அப்படியொரு பேச்சு!

வியூகங்கள் தவிர, அரசியல் ரீதியாக அவருக்குத் தெளிவான, தீர்மானமானகருத்துகள்இருந்ததையும் நண்பர்கள் கவனித்துக் குறித்துக்கொண்டார்கள்.

மாநாட்டில், அமெரிக்கக் காலனிகளை பிரிட்டன் பிடியிலிருந்து விடுவிக்கவேண்டிச் சில கமிட்டிகளையும் அமைத்தார்கள். வாஷிங்டன் அந்தக் கமிட்டிகளில் கூட உறுப்பினராக இல்லை. சுருக்கமாகச் சொல்வதென்றால், அவர் அப்போது ஒரு ஸ்டார் இல்லை. ஆனால், போராட்டக்காரர்கள் மத்தியில் ஒரு நிஜமான ஸ்டாருக்கான 'வேகன்ஸி' இருந்தது!

அந்த வேகன்ஸியை அடுத்தவருஷம் தான் வாஷிங்டனால் நிரப்பமுடிந்தது!

அதாவது 1775ம் ஆண்டு ஜூனில் நடைபெற்ற இரண்டாவது காங்கிரஸ் மாநாட்டில். தோதாக அந்தச் சமயம் லெக்சிங்டனில் போரும் தொடங்கிவிட, உருப்படியாக ஒரு திறமைவாய்ந்த தளபதியின் தேவையை அனைத்துக் காலனிகளும் உணர்ந்து, ஆள் தேடத்தொடங்கின.

அப்போதும் மாநாட்டுத் தலைவர்களுக்கு வாஷிங்டனை அவ்வளவாகத் தெரியவில்லை. சில வர்ஜீனிய குடியிருப்பு அதிகாரிகள், மாநாட்டுப் பிரதிநிதிகளிடம் அவரைப் பற்றி எடுத்துச் சொல்லவும்தான் விசாரிக்கத் தொடங்கினார்கள்.

உடனே முந்தைய வருஷத்து மாநாட்டின்போது மேடைக்கு வெளியே வாஷிங்டனைச் சுற்றிக்கூடிய கூட்டமும் அவரது போர் வியூக யோசனைகளும் நினைவு கூறப்பட்டன. சுதந்தர வேட்கை மிக்க பல தலைவர்கள் வாஷிங்டனுடன் தனிப்பட்ட முறையில் நிறைய சுற்றுப் பேச்சுவார்த்தைகள் நடத்தினார்கள்.

பிரிட்டனுக்கு அமைதிப் பேச்சு புரியாது. ஆயுதம் தான் அவர்களுக்குப் புரியக்கூடிய மொழி என்பதில் வாஷிங்டன் அப்போது தீர்மானமாக இருந்தார். அவரது தெளிவும் தீர்க்கமான முடிவுகளும் திட்டமிடும் சமயோசிதமும் அந்த இரண்டாவது காங்கிரஸ் மாநாட்டில் பெரிதும் சிலாகிக்கப்பட்டது.

இறுதியில் அவரிடம் ஒரே ஒரு கேள்வி கேட்டார்கள். வாஷிங்டன் ஒரு சொல்லில் பதில் சொன்னார்.

"லெக்சிங்டனில் போர் தொடங்கிவிட்டது. நீங்கள் காலனியப் படைகளுக்குத் தலைமைதாங்கி நடத்தித் தருகிறீர்களா?"

"சரி."

அவ்வளவுதான். அடுத்த விநாடியிலிருந்து அவர் அமெரிக்கா முழுவதும் அறியப்பட்டார். அக்கம் பக்கத்து பிரஞ்சுக்காலனிகளிலும் பேசப்பட்டார். டச்சுக்காரர்கள் மத்தியிலும் வாஷிங்டன் என்னும் பெயர் அடிக்கொருதரம் உச்சரிக்கப்படத் தொடங்கியது.

காரணம் மிகச் சுலபமானது. அமெரிக்க மண்ணில் பிரிட்டிஷ் காலனிகள் பெருமளவில் இருந்தாலும் பல பிரஞ்சு, டச்சுக் காலனிகளும் இருந்தன. பிரிட்டிஷ் காலனிகளே பிரிட்டனை எதிர்த்துப் போரில் இறங்குகின்றன என்றால், மற்ற பகுதிகள் தமது நிலைப்பாட்டைத் தயார் செய்து வைத்துக்கொள்ளவேண்டிய அவசியத்தை உணர்ந்திருந்தன.

போரில் பிரிட்டன் வென்றால் பிரச்னை இல்லை. ஆனால் பிரிட்டிஷ் காலனிகளின் கூட்டமைப்புப் படை வென்றுவிட்டால்? பக்கத்திலிருக்கிற பிரஞ்சு, டச்சுக் காலனிகளின் பாடு பேஜார் தான் இல்லையா?

ஆகவே அமெரிக்கக் காலனியப் படைத் தளபதியான வாஷிங்டனின் ஜாதகத்தை ஆராய்வதில் அவர்கள் அதிக கவனமும் ஆர்வமும் செலுத்தத் தொடங்கினார்கள். வாஷிங்டன் ஜெயிப்பாரா? மாட்டாரா என்று மற்ற காலனிகளில் கருத்துக் கணிப்புகளெல்லாம் நடந்தன.

அதே சமயம் வாஷிங்டனை அமெரிக்கப் படைத்தளபதியாக நியமித்ததைச் சிலர்

எதிர்க்கவும் செய்தார்கள். புதிதாகக் குடியேறிய இங்கிலாந்துக்காரர்களும் அமெரிக்காவின் தென்பகுதியைச் சேர்ந்த சிலரும் தான் அவர்கள். வாஷிங்டன் ஒரு பண்ணையார். முதலாளித்துவ மனோபாவம் அவரது ரத்தத்தில் இருக்கும். அவர் எப்படி ஒரு முதலாளித்துவ தேசத்தை எதிர்த்து ஜெயிப்பார் என்பது அவர்களது வாதம். (வாஷிங்டனின் பண்ணையில் ஏராளமான ஆப்பிரிக்க அடிமைகள் வேலை செய்துகொண்டிருந்தார்கள்.)

ஆனால் இதெல்லாம் எடுபடவில்லை. வாஷிங்டன் போர்க்களத்துக்குப் புறப்பட்டுவிட்டார்.

அமெரிக்க சரித்திரத்தில் அழியாப்புகழ் பெற்றுவிட்ட அந்தப் போரில் வாஷிங்டன் தன் இளமைக்காலக் கனவை நனவாக்கிக்கொண்டார். அவர் விரும்பிய ஒரு போரை அவர் தலைமை ஏற்று நடத்தினார். அவர் விரும்பிய வியூகங்களை வகுத்து, அவர் விரும்பிய விதத்தில் எதிரிகளைத் தாக்கி, அவர் விரும்பிய அபார வெற்றியைப் பெற்று, அதை தேசத்துக்கு அர்ப்பணித்தார்!

ஆனால் அந்தப் போர் அத்தனை சுலபமாக இல்லை. வாஷிங்டனுக்கு எதிரிகள் இங்கிலாந்துப் படையில் மட்டும் இல்லை. அவரது சொந்தப் படையிலேயே இருந்தார்கள். அவர்களையும் அவர் எப்படிச் சமாளித்தார் என்பதில் தான் ஒரு மாபெரும் தலைவரின் பிரத்தியேக சாமர்த்தியம் வெளிப்படுகிறது!

4. ரகசிய தகவல் தொடர்பும் ஒற்றர்களும்

வாஷிங்டனைப் படைத் தளபதியாக நியமித்த கையோடு அமெரிக்க காலனிகளின் கூட்டமைப்பு காங்கிரஸ் ஒரு காரியம் செய்தது. ஒரு பக்கம் போர் தொடங்கியிருக்க, மறுபக்கம் இவர்கள் எல்லாரும் கூடி திட்டங்கள் தீட்டிக்கொண்டிருக்க, இன்னொருபக்கம் தேசத்துக்கு வெளியே - அதாவது அமெரிக்காவுக்கு வெளியே இருக்கிற அமெரிக்க நண்பர்கள் போருக்கான உபகரணங்கள், வரைபடங்கள், பணம் முதலிய விஷயங்களை கவனித்துக்கொண்டிருந்தார்கள்.

தகவல் தொடர்பு அவ்வளவாக வளராத காலமல்லவா? ஆகவே ஏகப்பட்ட கம்யூனிகேஷன் இடைவெளிகள் அவர்களிடையே இருந்தன. போர்க்காலத்தில் கம்யூனிகேஷன் கேப் இருந்தால் அதுதான் தோல்வியின் முதல் படியும் இறுதிப்படியும். மேலும் போர்த்தகவல்கள் என்பன பெரும்பாலும் சங்கேத மொழியில்

அமைபவை. மறைந்த யாகவா முனிவர் பேசிய இனான்ய மொழி மாதிரி ஒருத்தருக்கும் புரியாத (புரியக்கூடாத!) ஆனால் சம்பந்தப்பட்டவருக்கு மட்டும் தெளிவாகப் புரிந்துவிட வேண்டிய ஒருவித இசகுபிசகான மொழி அது.

ஆகவே, திட்டமிடுபவர்கள்-செயல்படுத்துபவர்கள் - திட்டத்துக்கு உதவுகிறவர்கள் என்கிற மூன்று தரப்பினருக்கும் ஒழுங்கான தகவல்கள் சென்றுசேருவதற்கென்று அமெரிக்க காங்கிரஸ் ஒரு கமிட்டி அமைத்தது. நவம்பர் 29, 1775ம் ஆண்டு உருவான இந்த தகவல் தொடர்பு கமிட்டியை விரைவில் 'ரகசியத் தகவல் தொடர்பு கமிட்டி' என்று பெயர் மாற்றிவிட்டார்கள்.

மிகச் சிறிய குழு அது. பென்சில்வேனியாவைச் சேர்ந்த பெஞ்சமின் ·ப்ராங்ளின், வர்ஜீனியாவைச் சேர்ந்த பெஞ்சமின்ஹாரிசன், மேரிலாந்தைச்சேர்ந்த தாமஸ் ஜான்ஸன் ஆகிய மூவர் இவர்களுள் ரொம்ப முக்கியமானவர்கள். ஜேம்ஸ் லவல் என்றொரு ஆசிரியரும் இந்தக் குழுவில் இடம் பெற்றிருந்தார். *(இவர் பின்னால் பங்கர் ஹில் யுத்தத்தின்போது உளவாளியாகச் செயல்பட்டார் என்று சொல்லி பிரிட்டிஷ் படையினரால் கைது செய்யப்பட்டவர். ரொம்பக் கஷ்டப்பட்டு, வேறொரு பிரிட்டிஷ் போர்க்கைதியை பிரிட்டனிடம் கொடுத்து பதிலுக்கு இவரை அமெரிக்கப்படை 'வாங்கிக் கொண்டது'! பெரிய சங்கேதமொழி விற்பன்னர். 'அமெரிக்க சங்கேதவியலின் தந்தை' என்று வருணிக்கப்படுபவர்.)*

இந்த கமிட்டியின் பிரதான வேலை, அமெரிக்காவுக்கு வெளியே ஒரு பலமான நெட் ஒர்க்கை உருவாக்கி அதன் உதவியைப் போரில் பயன்படுத்தச் செய்வது! சங்கேத மொழியைப் பலவிதங்களில் உருவாக்குவது, நம்பகமான ஆட்களுக்கு அதில் பயிற்சி கொடுப்பது, ஒருவேளை எதிரிக்குத் தமது போர்க்குறிப்புகளோ வரைபடங்களோ கிடைத்துவிட்டால், அவர்கள் செத்தாலும் புரிந்துகொள்ளமுடியாதபடிக்குக் குழப்படிகள் செய்துவைப்பது, ரகசியமாக வெளிநாடுகளில் போருக்கான நிதி சேகரிப்பது, ராவோடு ராவாக கூரியர் சர்வீஸ் நடத்துவது, வெளிநாட்டுப் பத்திரிகைகள், சமூக அமைப்புகளுக்குத் தகவல்கள் தருவது, பிரிட்டனுக்கு எதிராகப் பிற தேசத்து காலனிகளை உசுப்பிவிடுவது, தமக்கு சப்போர்ட் சேர்த்துக்கொள்வது இவையெல்லாம் அந்தக் குழுவின் பார்ட் டைம் பணிகள்.

இதற்கெல்லாம் உச்சக்கட்டமாக 1775 டிசம்பரில் இந்தக்குழு செய்த ஒரு காரியம் மூக்குமேல் விரல் வைக்கச் செய்யக்கூடியது!

ஒரு பிரஞ்சு புலனாய்வுத் துறை அதிகாரியுடன் (வியாபாரி வேஷத்தில்) பிலடெல்பியாவிலுள்ள சில பிரிட்டிஷ் அதிகாரிகளை இந்தக்குழு சந்தித்தது. பிரஞ்சுக்காரருக்கும் இவர்கள் யாரென்று தெரியாது; அந்த பிரிட்டிஷ் அதிகாரிகளுக்கும் தெரியாது.

அந்த பிரிட்டிஷ் அதிகாரிகளுக்கு அமெரிக்க காலனி தேசங்களின்மேல் கொஞ்சம் இரக்கம்

இருந்ததை அவர்கள் கண்டுபிடித்துவிட்டார்கள். போதாது? நைச்சியமாகப் பேசி அவர்களுடன் நட்புகொண்டுவிட்டார்கள். அதன் மூலம் இங்கிலாந்தில் போர் தொடர்பாக எடுக்கப்படுகிற ஒவ்வொரு முக்கிய முடிவும் உடனடியாக இவர்களுக்குக் கிடைத்து உடனே, உடனே அமெரிக்கப்படைத்தளபதிக்கு அறிவிக்கப்பட்டது!

இந்த ரகசியத் தகவல்தொடர்பு கமிட்டிக்கு நிகராக இன்னொரு ரகசிய கமிட்டியும் தளபதி வாஷிங்டனுக்கு உதவுவதற்கென்று அமைக்கப்பட்டது. இதில் தகவல், தொடர்பெல்லாம் கிடையாது. வெறும் ரகசிய கமிட்டி. அவ்வளவுதான். வெடிமருந்து ஸ்டாக்கை கவனிப்பது தான் இந்த கமிட்டியின் முக்கியப் பணி. இந்த கமிட்டியிலும் பெஞ்சமின் ·ப்ராங்க்ளின் இருந்தார். அமெரிக்க விடுதலைப் போராட்டக் குழுவின் பெரும்பாலான கமிட்டிகளில் ·ப்ராங்க்ளின் உண்டு. காரணம், அவரது தொழில் நேர்த்தியும் கை சுத்தமும்.

இந்த ரகசிய கமிட்டியில் நிறைய பணம் புழங்கவேண்டிய அவசியம் இருந்தது. ஏகப்பட்ட அதிகாரங்கள் கொண்ட கமிட்டி இது. ஒரே ஒரு சாம்பிள் பாருங்கள்.

யுத்தத்துக்காக இந்த கமிட்டி வெடி மருந்துகளைச் சேமித்துப் பதுக்கிவைக்கவேண்டும். எங்கிருந்து வாங்கப்படுகிறது; அல்லது தயாரிக்கப்படுகிறது என்று யாருக்கும் சொல்லத் தேவையில்லை. அதே மாதிரி எவ்வளவு செலவு என்றும் யாருக்கும்

கணக்குக் காட்டத் தேவையில்லை! இன்வாய்ஸ், க்ரெடிட் நோட், டெபிட் நோட் விவகாரங்கள் எதுவும் கிடையாது. எந்த பில்லையும் பாதுகாத்து அக்கவுண்ட் பராமரிக்க வேண்டிய அவசியம் இல்லை. எத்தனை லட்சங்கள் வேண்டுமானாலும் செலவழிக்கலாம். அவசரத்துக்கு யாரிடமிருந்தும் பணம் பெறலாம்; காரணம் சொல்லத் தேவையில்லை!

முழுக்க முழுக்க ரகசியமாகவே இந்தக் குழு செயல்பட்டது (போர் முடிவுறும்வரையில்!). அவ்வப்போது கையில் இருந்த பில்களையும் ரசீதுகளையும் சேர்த்து, மொத்தமாக எரித்து விடுவார்கள்.

பிரிட்டனின் ராணுவக்கிடங்கிலிருந்தே வெடி பொருட்களையும் ஆயுதங்களையும் 'ரகசியமாக' வாங்குவது, அதைத் தமது படையினருக்கு பாதுகாப்பாக அனுப்பிவைப்பது ஆகியவை இக்குழுவின் முக்கிய வேலைகள். இந்தக் காரியங்கள் தடையின்றி நடக்க இந்தக்குழு கடைபிடித்த உத்திகள் வினோதமானவை.

பல சமயம் பெஞ்சமின் ·ப்ராங்க்ளினின் வெடிபொருள் ஏற்றிய வாகனம் பிரிட்டிஷ் கொடியுடன் சாலைகளில் விரைந்துபோகும். ஒருத்தருக்கு ஒரு சந்தேகம் வரவேண்டுமே! திடீரென்று பிரெஞ்சு ராணுவ யூனி·பாரமுடன் இவர்கள் பிரிட்டிஷ் படை இருக்கும் பகுதிகளில் வலம் வருவார்கள்.

அந்தப் போர் தொடங்கிய சமயம் பிரான்ஸ் யார் பக்கம் சாயப்போகிறது என்பது மில்லியன் டாலர் கேள்வியாக இருந்தது. அமெரிக்க மண்ணில் பிரெஞ்சுக் காலனிகளும் டச்சுக் காலனிகளும் நிறைய இருந்தன என்று பார்த்தோமல்லவா?

போரையும் அதன் விளைவுகளையும் அந்த இரண்டு நாடுகள் எப்படி எதிர்கொள்ளும் என்று பிரிட்டனுக்கு சந்தேகமாகவே இருந்தது. ஒருவேளை அவை தமக்கு ஆதரவளிக்க முடிவு செய்திருக்கும் பட்சத்தில் - அதை அறிவிப்பதற்கு முன் - விபரீதமாக ஏதும் நடந்துவிடக்கூடாது என்று பிரிட்டிஷ் படைக்கு இங்கிலாந்து ராணுவத் தலைமையகம் ஓர் உத்தரவிட்டிருந்தது.

'எந்த பிரெஞ்சுப் படையைப் பார்த்தாலும் சலாம் போட்டுவிட்டு விலகிப் போய்விடுங்கள். சண்டையோ, சமாதானமோ இப்போது வேண்டாம்' என்பதே அது.

மிகக் குறுகிய காலம் மட்டுமே கடைபிடிக்கப் பட்ட இந்த நடைமுறையை ப்ராங்க்ளினின் ரகசிய கமிட்டி சிறப்பாகப் பயன்படுத்திக்கொண்டது. பிரெஞ்சுக்கார ராணுவ வேஷத்தில் அவர்களால் சுலபமாக பிரிட்டிஷ் ராணுவ கேம்ப்பைச் சுற்றிவரமுடிந்தது. அங்கேயே சில உளவாளிகளையும் பிடித்து நியமித்துத் தம் காரியங்களை கன கச்சிதமாகப் பார்த்துக்கொண்டது!

இந்த ரகசிய கமிட்டிகளுக்கும் ராணுவத் தளபதிக்கும் சேர்த்து உதவ இன்னொரு கமிட்டியும் உருவாக்கப்பட்டது. அது ஒற்றர் கமிட்டி!

சுதந்தர அமெரிக்காவின் முதல் தலைமுறை ஸ்டார்களான ஜான் ஆடம்ஸ், தாமஸ் ஜெ·பர்ஸன், எட்வர்ட் ருட்லெட்ஜ், ஜேம்ஸ் வில்சன், ராபர்ட் லிவிங்ஸ்டன் ஆகியோர் இந்த கமிட்டி உறுப்பினர்களாக 1776 ஜூன் 5ம் தேதி நியமிக்கப்பட்டார்கள்.

மேலை நாடுகள் என்றில்லை. உலகம் முழுவதிலுமே ஒற்றர்களுக்கான சட்டதிட்டங்கள், விதிமுறைகள் ஒழுங்காக வகுக்கப்படாத காலம் அது. யாராவது ஒற்றர் என்று சந்தேகத்தில் பிடிபட்டால் என்ன தண்டனை தருவது என்பதில் எல்லா தேசங்களுமே சிண்டைப் பிய்த்துக்கொண்டிருந்தார்கள்.

மேற்சொன்ன ஒற்றர் கமிட்டியின் முக்கியமான பணி, ஒற்றாடலுக்கான சட்டதிட்டங்களை வகுப்பது தான். இது மிகவும் பேஜாரான காரியமாக அன்று இருந்தது. ஏற்கெனவே, டாக்டர் பெஞ்சமின் சர்ச் என்னும் ராணுவத் தலைமை மருத்துவர் ஒருவரை பிரிட்டிஷ் ஒற்றர் என்று குற்றம் சாட்டி, வாஷிங்டன் சிறைப்பிடித்து வைத்திருந்தார். ஒற்றர் சட்டம் ஏதும் இயற்றப்படாததால் மேற்கொண்டு அவரை என்ன பண்ணுவது என்று தெரியாமல் சும்மா ஜெயிலில் போட்டு வைத்திருந்தார்கள். சரி, போர் முடிந்ததும் பார்த்துக்கொள்ளலாம் என்று அம்போவென விடவும் விட்டுவிட்டார்கள், அந்த கேஸை. 'ஐயா, எதாவது தண்டனை கொடுத்து உள்ளே தள்ளுங்கள்; சும்மா வைத்திருக்கமுடியாது' என்று இரண்டாம் நிலை அதிகாரிகள் வாஷிங்டனைக் கேட்டுக்கொண்டார்கள்.

ஆனால் ஜெயிலில் இருப்பதே தண்டனைதான் என்று அவரும் அவரது சகாக்களும் சொல்லிவிட்டார்கள். அதாவது மற்ற ஒற்றர்கள் பயப்படும்விதமான தண்டனை ஏதும் வாஷிங்டனால் தரப்படவில்லை.

'அடடே, இது ஆபத்தாச்சே, உடனடியாக ஓர் ஒற்றர் சட்டம் இயற்றியாகவேண்டுமே' என்று பதறிப்போய்தான் மேற்சொன்ன ஒற்றர் (சட்டக்) கமிட்டியையும் உடனே அமைத்தது அமெரிக்க காங்கிரஸ். கூடிய சீக்கிரம் அந்த கமிட்டி தன் அறிக்கையை அளித்துவிட்டது.

அமெரிக்க சுதந்தரப் போராட்டத்துக்கு ஊறு விளைவிக்கும் விதத்தில் எதிரிப்படைக்குத் தகவல் சொல்லும் ஒற்றர் யாரானாலும் மரணமே தண்டனை என்பது தான் அந்த அறிக்கையின் சாரம். இது உடனே நடைமுறைக்கு வந்துவிட்டது. சுதந்தரப் போர் முடிவதற்குள் இச்சட்டத்தின்படி பலபேர் பரலோகம் போய்ச் சேர்ந்தார்கள் என்றாலும் ஒரு விசித்திரம்.

அந்த முதல் போணியான ராணுவ டாக்டர் பெஞ்சமின் சர்ச் மட்டும் எப்படியோ மரண தண்டனை விலக்கு பெற்று, ரொம்ப நாள் ஜெயிலில் இருந்துவிட்டு உயிரோடு தப்பிப் பிழைத்தார்!

இப்படி ராணுவ நடவடிக்கைகளுக்கு உதவும் ரகசியக் குழுக்கள் தயாராகி வேலை பார்க்கத் தொடங்கியதும் சுதந்தரப் போராட்டக் குழுக்களின் அரசியல் பிரிவு தன் வேலையைத் தொடங்கியது.

அதாவது உலக நாடுகளின் ஒத்துழைப்பைக் கேட்டுப் பெறுவது!

அமெரிக்கக் காலனிப் படைகளின் முக்கிய இலக்கு பிரான்ஸ்தான். அமெரிக்க மண்ணில் பிரிட்டிஷ் காலனிகளுக்கு எதிராக பிரான்சும் தன் காலனிகளை நிறுவியிருந்தாலும் எதிரிக்கு எதிரி நண்பன் என்னும் சித்தாந்தப்படி அமெரிக்கப் படையுடன் கைகோக்கச் சம்மதமா என்று கேட்பதற்கு பிரான்சுக்கு ரகசியமாக ஒரு குழுவை அனுப்பியது அமெரிக்கக் காலனிகளின் காங்கிரஸ்.

சரித்திர முக்கியத்துவம் வாய்ந்த அந்த சந்திப்பு நவம்பர் 29, 1776 அன்று பாரீஸில் நடைபெற்றது. ஐக்கிய அமெரிக்க காங்கிரஸின் பிரதிநிதியாக பிரான்ஸ¤க்குச் சென்றிருந்த பெஞ்சமின் ப்ராங்க்ளின் பிரெஞ்சு அதிகாரிகளுடன் தீவிரமான ஆலோசனை நிகழ்த்தினார். இறுதியில் அமெரிக்க சுதந்தரப் போருக்கு தொடக்கக் கட்டமாக 'மௌன ஆதரவு' அளிப்பதென பிரான்ஸ் ஒப்புக்கொண்டது! அமெரிக்கர்களின் சுதந்தரப் பிரகடனங்களையும் போர்ச் செய்திகளையும் வெளி உலகுக்கு அறிவிக்க ஒரு 'அறிவிக்கப்படாத' ஐரோப்பிய ரேடியோவாக இருக்கவும் அது சம்மதித்தது.

ஆனபோதிலும் பிரான்சுக்குக் கொஞ்சம் உதறல் இருந்திருக்கிறது. போரில் ஒருவேளை பிரிட்டன் ஜெயிக்கத் தொடங்கிவிட்டால்? பிறகு வாழ்நாள் முழுவதும் போட்டு வறுத்து எடுத்துவிடுவார்களே என்கிற உதறல் அது.

ஆனால் அமெரிக்கப் படைகளின் கட்டுப்பாடு, சிறப்பான தலைமை, திட்டம் தீட்டுவதில் அவர்கள் கடைபிடித்த பல நூதனமான வழிமுறைகள், எல்லாவற்றுக்கும் மேலாக அனைத்து காலனிகளுக்கும் இடையே ஓங்கியிருந்த ஒற்றுமை இவையெல்லாம் தான் பிரான்ஸை சிந்திக்க வைத்தன.

ரொம்ப நாள் அவர்கள் குழம்பிய குட்டையாக இருக்க வேண்டி அமையவில்லை. 1777 அக்டோபரில் சரடோகா என்னுமிடத்தில் நடந்த போரில் பிரிட்டிஷ் ராணுவம் சிதறிப் போனதையும் அமெரிக்கப் படை பெறுவெற்றி பெற்றதையும் பார்த்ததுமே பிரான்சுக்குப் போரின் போக்கு புரிந்துவிட்டது. அமெரிக்கப் படைக்குத் தன் ஆதரவை அள்ளிவழங்குவதில் இன்னும் தீவிரமாகத் தொடங்கிவிட்டது.

மேலும் சில மாதங்கள் கடந்தபின் (மார்ச் 30, 1778) வெளிப்படையாக டிக்ளேர் பண்ணிவிட்டார்கள். அமெரிக்கப் படையும் பிரெஞ்சுப்படையும் இணைந்து இங்கிலாந்தை எதிர்க்கப் போகிற தினத்தைத் தேர்ந்தெடுக்கவேண்டியது தான் பாக்கி.

அந்த நாள், அதே ஆண்டு ஜூலை 7ம் தேதி.

பிரெஞ்சுத் தளபதி டி'ஸ்டெயிங் தலைமையில் ஒரு பெரிய படை அமெரிக்கப் படைகளுக்கு உதவப் புறப்பட்டது. டெல்வர் நதியின் மேற்பரப்பு முழுவதும் பிரெஞ்சு கடற்படைக் கப்பல்களால் நிரம்பியிருந்தது!

5. போர்

பிரெஞ்ச் படைகள் வந்துவிட்ட செய்தி அறிந்ததும் வாஷிங்டனுக்கு ரொம்ப நிம்மதியானது. இனி பிரச்னையில்லை. ஜெயிப்பது 199 சதவீதம் உறுதியாகிவிட்டது.

இந்த நேரத்தில் தான் அவர் சற்றும் எதிர்பாராத பிரச்னைகள் அவரது படையினராலேயே கொண்டுவரப்பட்டன. அவற்றுள் மிக முக்கியமானது, அமெரிக்கப் படையின் வீரர்களுள் ஒரு பகுதியினருக்கு வாஷிங்டனை அறவே பிடிக்கவில்லை என்பது. அதாவது, "அமெரிக்க சுதந்தரப் போரில் பங்குபெற எவ்வித ஆட்சேபணையும் இல்லை; ஆனால் வாஷிங்டன் சொல்லிக் கேட்கமாட்டோம்" என்று அவர்கள் அழிச்சாட்டியம் பண்ணத் தொடங்கினார்கள்.

ஒரு தளபதி, "உன்னை நீயே சுட்டுக்கொள்" என்று உத்தரவிட்டாலும் ஏன் என்று கேட்டு நேரம் கடத்தாமல் உடனே சுட்டுக்கொள்ளும் வீரர்கள்

இருந்தால் தான் படை ஜெயிக்கும் என்பது ராணுவத்தின் ஆதாரப் பாடங்களுள் ஒன்று.

இது வாஷிங்டனுக்கு மட்டுமல்ல; அவரது வீரர்களுக்கும் தெரியும். அதற்காக என்ன செய்வது? அவர்களில் சிலருக்கு வாஷிங்டனைப் பிடிக்கவில்லை. உட்கார்ந்து பேசி மனத்தை மாற்றிக்கொண்டிருக்கவா முடியும்?

வாஷிங்டன் யோசித்தார். பிரெஞ்சுப் படை வந்து சேர்ந்திருந்தது. அவரும் ஒரு முடிவுக்கு வந்தார்.

பிரிட்டனுக்கு எதிராக அமெரிக்கப் படைகள் போர்க்களம் இறங்கிவிட்டன; சரி. ஆனால் எதற்கு இந்தப் போர்?

சுதந்தரம் பெறுவதற்கு. அதுவும் சரி. சுதந்தரம் பெற்றபின் என்ன செய்யப் போகிறோம்? துண்டு துண்டாக டஜன் கணக்கில் பிரிட்டிஷ் காலனிகள் அமெரிக்க மண்ணில் இருந்தன. ஒரு யுத்தம் என்று வந்ததால் ஒன்று சேர்ந்து இப்போது போர் புரியத் தொடங்கியிருக்கின்றன. போரில் வென்றபின் இந்தக் காலனிகள் எப்படி இயங்கும்? இதே மாதிரி ஒன்று சேர்ந்து ஒரே நாடாகிவிடுமா? ஒரே நாடு என்றால் என்னமாதிரியான ஆட்சி? பிரிட்டன் போலவே மன்னர் இருப்பாரா? பார்லிமெண்டும் இருக்குமா? மன்னர் ஆட்சி என்றால் யார் மன்னர்?

ஒருவேளை மக்கள் ஆட்சி என்றால் அமைப்பு எப்படி இருக்கும்? சட்டதிட்டங்களுக்கு யார் பொறுப்பு? பிரிட்டனை எதிர்த்து வென்று தனி நாடானால், கட்டிக்காக்கும் அளவுக்குத் திறமை

பொருந்திய ஆட்சியாக அது அமையுமா? எல்லாவற்றுக்கும் மேலாக, போர் என்றதும் அணி திரண்ட அமெரிக்கக் காலனிகள் போர் முடிந்தபிறகும் ஒற்றுமையாகவே இருக்கும் என்பதற்கு என்ன உத்தரவாதம்? அல்லது யார் உத்தரவாதம் தருவார்கள்?

இந்தக் கேள்விகளெல்லாம் அப்போது அமெரிக்க சிவிலியன்களைவிட அமெரிக்கப் போர்வீரர்களுக்கு அதிகம் இருந்தன. குறிப்பாக அமெரிக்கத் தளபதியாகப் பொறுப்பேற்றிருந்த வாஷிங்டனைப் பிடிக்காத ஆயிரக்கணக்கான வீரர்களுக்கு இக்கேள்விகள் அதிகம் இம்சை கொடுத்துக்கொண்டிருந்தன.

வாஷிங்டன் அடிப்படையில் ஒரு பண்ணையார். பெரிய பணக்காரர். அவரது தலைமையில் போர் செய்து, ஒருவேளை வென்றுவிட்டால் அமெரிக்க மண்ணின் ஆட்சி உரிமை அவருக்கே போய்விடுமோ என்பது அவர்களின் சந்தேகம். அதாவது ஒரு முதலாளித்துவ தேசத்துடன் போர் செய்து வென்று, இன்னொரு முதலாளியை மன்னராக்கி அவஸ்தைப்பட வேண்டி வருமோ என்பது அவர்களின் கவலை.

அமெரிக்க மண்ணில் பிரிட்டனின் ஆதிக்கத்தை ஒழிக்கவேண்டும் என்பது தான் போரின் நோக்கமாக இருந்ததே தவிர, அமெரிக்கா சுதந்தரம் பெற்ற பிறகு என்ன மாதிரி ஆட்சி அமையப் போகிறது, எதிர்காலத் திட்டங்கள் என்ன என்று யாரும் அதுவரை எடுத்துக் கூறியிருக்கவில்லை. அல்லது சிந்திக்கவேயில்லை.

வாஷிங்டனின் படைவீரர்களுள் ஒருசாரார் இதன் காரணமாகவே அவரைப் படைத்தளபதியாக ஏற்கத் தயங்கினார்கள்.

அந்நாளில் பிரிட்டனின் ராணுவத்துடன் ஒப்பிட்டால் அமெரிக்கப் படை என்பது ஒரு கொசு. மேலும் பிரிட்டன் ராணுவத்துக்கு இருந்த பிரும்மாண்டமான கடற்படையும் வளமான வெடிபொருட்கள் வசதிகளும் அனைத்து உலக நாடுகளையுமே அச்சுறுத்திக்கொண்டிருந்தன. அமெரிக்கப் படைக்கு வாஷிங்டன் என்னும் திறமை மிக்க தளபதி கிடைத்திருந்தாலும் அவரது அணுகுமுறை அவர்களுக்கு மிகவும் புதிதாக இருந்தது.

அதுவரை ஒரு சரியான நிர்வாகி என்பவர் எப்படி இருப்பார் என்று பார்த்தறியாத தேசம் அது. வாஷிங்டன், சிறந்த தளபதியானாலும் மிகச்சிறந்த நிர்வாகி. பொறுப்புகளைப் பகிர்ந்து அளித்துவிட்டு, நடுவில் தலையிடாத இயல்பு அவருடையது.

இது நிர்வாகத் துறைக்குச் சரியே தவிர ராணுவத்துக்குச் சரியல்ல என்பது வாஷிங்டன் எதிர்ப்பாளர்களின் இன்னொரு முணுமுணுப்பு. ஒரு ராணுவத்தலைவர் என்பவர் கிட்டத்தட்ட சர்வாதிகாரியாக இருந்தால் தான் படை உருப்படும் என்பது ராணுவ இலக்கணம். ஆனால் வாஷிங்டன் கட்டளை இடமாட்டார். தம் கருத்துகளைச் சொல்லி, சகாக்களை விவாதிக்கவிட்டு, பெரும்பான்மையானவர்களால் ஏற்றுக்கொள்ளப்படும் உத்திகளைச் செயல்படுத்தச்

சொல்லுவார். இதெல்லாம் வெற்றிக்கு உதவாது என்று அமெரிக்க ராணுவத்தில் பலபேர் நினைத்தார்கள்.

விளைவு? ஆயிரக்கணக்கான வீரர்கள் படையிலிருந்து விலகி, காணாமல் போனார்கள்.

ஏற்கெனவே மிகச்சிறிய ராணுவம் அது. ஒருமுக்கால் மணி நேரத்தில் மொத்தப் படை வீரர்களையும் பரேடு நடத்தி, தலை எண்ணிவிடலாம். அதில் சில ஆயிரம் பேர் விலகினால் என்ன ஆவது?

இன்னும் சிலர் இந்த நிலைமை உருவாவதற்குக் காரணமான வாஷிங்டன் மீது அதிருப்தி கொண்டு, வேறு தளபதி வேண்டும் என்று பேச ஆரம்பித்தார்கள்.

இந்த மாதிரி நெருக்கடிகளால், சுதந்தரப் போர் தொடங்கிய ஆரம்பக் கட்டங்களில் அமெரிக்கப் படைகளுக்குச் சில தோல்விகள் உண்டாயின. குறிப்பாக பங்கர் ஹில் *(Bunker hill)* என்னும் இடத்தில் நடந்த மிகக் கடுமையான போரின் இறுதியில் அமெரிக்கப்படை தலை தெறிக்க ஓடவேண்டியதானது. *(1775).* அதேமாதிரி க்யுபெக்கைத் தாக்க அனுப்பப்பட்ட அமெரிக்கப்படையும் கேவலமான தோல்வியைச் சந்தித்தது.

இந்தத் தோல்விகளின்போதெல்லாம் பிரான்ஸ் தன் கருத்தைத் தெரிவிக்காமல் மௌனசாமியார் மாதிரி சும்மா பார்த்துக்கொண்டிருந்தது. எப்படியாவது பிரான்ஸை அமெரிக்க ஆதரவு நிலை எடுக்கச்

செய்துவிடவேண்டும் என்று வாஷிங்டன் யோசித்துவந்த காலம் அது.

அப்போது அமெரிக்க வீரர்களை எதிர்த்துக் கொண்டிருந்த பிரிட்டிஷ் ராணுவத்துக்குத் தளபதியாக இருந்தவர் பெயர் ஹவ் (Sir William Howe). அவர் பிரமாதமான வீரர் இல்லை என்றாலும் அதிர்ஷ்டக் காற்று அவர் பக்கம் வீசிக்கொண்டிருந்தது. பங்கர் ஹில்லிலும் க்யுபெக்கிலும் அமெரிக்கப் படைகளைத் தோற்கடித்த கிறுகிறுப்பில் அவர் சகட்டுமேனிக்கு திட்டங்கள் தீட்ட ஆரம்பித்தார். அமெரிக்கப் படை முழுவதுமே அமெச்சூர் வீரர்களால் நிரம்பியது என்னும் எண்ணத்தின் அடிப்படையில் அவர் வகுத்த போர்த்திட்டங்கள்தான் இறுதியில் போரின் தலையெழுத்தை மாற்றி எழுதியது!

நமது பி.ஆர்.சோப்ரா மகாபாரத சீரியலில் வந்தது மாதிரி ஒரே ஒரு பெரிய ப்ளே கிரவுண்டில் நடந்த போர் இல்லை அது. பிரும்மாண்டமான வட அமெரிக்க நிலப்பரப்பின் பல பகுதிகளில் ஒரே சமயத்தில் அமெரிக்கப் படைகளும் பிரிட்டிஷ் படைகளும் மோதிக்கொண்டிருந்தன. அடுத்தடுத்த இரு தோல்விகளால் அமெரிக்க ராணுவம் நிலை குலையத்தொடங்கியிருந்த நேரத்தில் வாஷிங்டன் சும்மா தலைமையகத்தில் உட்கார்ந்து ஆலோசித்துக்கொண்டிருக்காமல், தானே ஒரு சிறு படையின் உதவியுடன் பாஸ்டனில் பிரிட்டன் படைகளை எதிர்க்கத் தொடங்கினார்.

அவர் பெரிய குதிரைவீரர். வாள் சுழற்றவும் தெரியும். வெடிகுண்டு வீசவும் தெரியும். பீரங்கிப்

பிரயோகத்தில் அவருக்கு அபாரமான தேர்ச்சி இருந்தது. குறிபார்த்து சுடுவதில் மன்னன்.

பாதி பாரம்பரிய முறையிலும் பாதி ஹைடெக்காகவும் நடைபெற்ற அந்த யுத்தத்தில் வாஷிங்டன் வகுத்த வியூகங்கள் அமெரிக்கப் படைக்குப் பெரும் வெற்றியைக் கொடுத்தன. பாஸ்டனில் வாஷிங்டனுக்கு எதிராகப் போர்புரிந்த ஹவ், உண்மையிலேயே நிலைகுலைந்துபோனார்.

வரலாறில் அத்தனை விருப்பம் உள்ளவர் என்று சொல்லமுடியாவிட்டாலும் புவியியலில் பெரும் தேர்ச்சியுள்ளவர் வாஷிங்டன். குறிப்பாக அமெரிக்கப் புவியியல். அமெரிக்காவின் சந்துபொந்துகள் அத்தனையும் அவருக்கு அத்துபடி. ஆகவே, பிரிட்டன் படைகள் சற்றும் எதிர்பாராத இடங்களிலிருந்தெல்லாம் தம் படையினரை அவர் ஏவினார். கிட்டத்தட்ட கெரில்லாத் தாக்குதல் என்று சொல்லலாம். ஆனால் நேரடிப் போர் தான் பெரும்பாலும் நடந்தது.

ஒரு கட்டத்துக்கு மேல் ஹவ்வால் வாஷிங்டனின் தாக்குதலைத் தாக்குப்பிடிக்கமுடியாமல் போய் அவர் பின்வாங்கி ஓடவேண்டி வந்தது. முன்னதாக பங்கர் ஹில்லிலும் க்யுபெக்கிலும் பிரிட்டிஷ் படை பெற்றிருந்த இரண்டு வெற்றிகளையும் இந்த ஒரு தோல்வி அடித்துக்கொண்டு ஓடிவிட, போரில் தனது முதல் அதிர்ச்சியை அப்போது சந்தித்தது இங்கிலாந்து.

ஒரு சொதப்பலை உடனடியாகச் சரிசெய்யா விட்டால் அதுவே இறுதிவரை சொதப்பிவிடும்

என்பது போருக்கு என்றல்ல; எல்லாவற்றுக்குமே பொருந்தக்கூடிய விதி அல்லவா? இது ஏனோ அன்று பிரிட்டனுக்குத் தெரியாமல் போய்விட்டது.

பிரிட்டனின் படைகள் திறமைவாய்ந்தவை தான். ஆனால் தளபதி ஹவ் அத்தனை திறமைசாலி இல்லை. இது வீரர்களுக்குத் தெரிந்திருந்ததே தவிர, இங்கிலாந்து அரசுக்குத் தெரியாமல் போனது ஆச்சர்யம் தான்.

வாஷிங்டனிடம் நேரடியாகத் தோற்று, பாஸ்டனிலிருந்து தப்பியோடியதிலிருந்தே அவர் தொடர்ந்து பல தவறுகள் செய்ய ஆரம்பித்தார். உதாரணமாக ஒரே ஒரு விஷயத்தை மட்டும் பார்க்கலாம்.

அப்போது கனடாவில் இருந்த பிரிட்டிஷ் படைக்கு பர்காயின் என்பவர் தளபதியாக இருந்தார். கொஞ்சம் கெட்டிக்காரர். அவசரகால ராணுவ நடவடிக்கைகளுக்குப் பேர்போனவர் அவர். பதறாமல் காரியம் செய்வதில் பெரிய ஆள்.

இங்கிலாந்து, அவரைதெற்குநோக்கி(கனடாவுக்குத் தெற்கே அமெரிக்கா) முன்னேறி, ஹவ்வுடன் இணைந்துகொள்ளச் சொல்லி உத்தரவிட்டிருந்தது. தோதாக இங்கே பாஸ்டனிலிருந்த ஹவ்வை வடக்கு நோக்கி நகர்ந்து பர்காயினை வழியிலேயே எதிர்கொண்டு இணைந்துகொள்ளவேண்டும் என்றும் சொல்லியிருந்தார்கள்.

இந்தத் திட்டம் ஒழுங்காக நடந்திருந்தால் கண்டிப்பாக இங்கிலாந்துப் படைகள் மிகப்பெரிய

வெற்றிகண்டிருக்கும் என்கிறார்கள் அமெரிக்க சரித்திர ஆராய்ச்சியாளர்கள். வடக்கிலிருந்து ஒரு படையும் தெற்கிலிருந்து ஒரு படையும் எதிரெதிரே முன்னேறி, இணையும் நோக்கில் வந்தால் நடுவிலுள்ள அத்தனை பிராந்தியங்களையும் வளைத்துவிடுவது சுலபம்.

இந்த அற்புதமான திட்டம் ஏனோ ஹவ்வுக்குப் புரியவில்லை. பாஸ்டனில் தோற்றதற்குப் பரிகாரமாக எப்படியாவது பிலடெல்பியாவைப் பிடித்துவிடவேண்டும் என்று முடிவுசெய்து அவர் அங்கே கேம்ப் அடித்துவிட்டார். பர்காயின் வந்தால் வரட்டும்; நான் பிலடெல்பியாவை வெல்லும்வரை இடத்தைவிட்டு நகரமாட்டேன் என்று சொல்லிவிட்டார்.

பர்காயினும் ஹவ்வும் ஹட்சன் குடாப்பகுதியில் சந்திப்பதாக ஏற்பாடு. கனடாவிலிருந்து புறப்பட்ட பர்காயின் சொன்ன தேதிக்கு கரெக்டாக ஹட்சனுக்கு வந்துவிட்டார். ஆனால் அங்கே ஹவ்வைக் காணோம். அவர் பிலடெல்பியா கனவில் மூழ்கியிருந்த விஷயம் அவருக்குத் தெரியாது. இதோ வந்துவிடுவார், நாளை வந்துவிடுவார், அடுத்தவாரம் வந்துவிடுவார் என்று அவர் காத்திருந்து, காத்திருந்து வீணாய்ப் போனார். அவருடன் வந்த படையினரும் சலித்துப் போய்விட்டார்கள்.

இதுதான் சந்தர்ப்பம் என்று பர்காயின் படைகளைச் சுற்றி வளைத்துக்கொண்டு அமெரிக்கப் படை தாக்கத் தொடங்கிவிட்டது. படு கோரமான யுத்தம்

அது! பிரிட்டிஷ் படையினர் சிதறி ஓடக்கூட வழியின்றி, அமெரிக்க வீரர்களால் சுடப்பட்டு வீழ்ந்தார்கள்! கட்டக்கடைசி வரை ஹவ் உதவிக்கு வந்துசேராததால் வேறு வழியின்றி மிச்சமிருந்த வீரர்களுடன் பர்காயின் சரணடைந்தார்.

இதுதான்... இந்த வெற்றி தான் பிரான்ஸை அமெரிக்கப் படைக்கு ஆதரவாக உடனே புறப்பட்டுவரவழைத்தது.

பிரான்சிலிருந்து புறப்பட்ட அந்தப் படை புத்திசாலித்தனமாக இரு பிரிவுகளாகப் பிரிக்கப்பட்டே அனுப்பப்பட்டது. ஒரு படை நேரே மேற்கிந்தியத்தீவுப் பக்கம் போய் அங்கே இருந்த பிரிட்டிஷ் படையைத் தாக்கவேண்டும். இன்னொரு கப்பல்படை, அமெரிக்காவில் போரிட்டுக்கொண்டிருக்கும் பிரிட்டிஷ் வீரர்களுக்குத் தேவையான ஆயுதங்கள், உணவுப் பொருட்களைச் சுமந்துவரும் பிரிட்டிஷ் கப்பல்களை 'கவனித்து'க்கொள்ளவேண்டியது.

இந்த ஏற்பாடு மிக அற்புதமாகச் செயலாற்றத் தொடங்கியதும் ஸ்பெயினும் அமெரிக்காவுக்கு ஆதரவாகப் போரில் குதித்தது. அவர்கள் மைனார்கா என்னும் தீவை பிரிட்டனிடமிருந்து கைப்பற்றினார்கள். போதாக்குறைக்கு டச்சுக்காரர்களும் அமெரிக்க ஆதரவு நிலையை எடுத்தார்கள்.

போரில் நடுநிலைமை வகித்த நாடுகள் கூட பிரிட்டிஷ் கப்பற்படை தந்துகொண்டிருந்த தொல்லைகள் பொறுக்கமாட்டாமல் பிரிட்டனுக்கு எதிரான ஒரு கூட்டணியை அமைக்கும் அளவுக்கு

(இந்தக் கூட்டணியில் ரஷ்டா, ஸ்வீடன், டென்மார்க் ஆகிய நாடுகள் உறுப்பு.) இங்கிலாந்து வெறுப்பு அப்போது பரவியிருந்தது.

இங்கிலாந்தும் தம்மாலான எல்லா நடவடிக்கைகளையும் எடுத்துப் பார்த்தது. படைத்தளபதி ஹவ் தூக்கியடிக்கப்பட்டு, ஹென்றி கிளிண்டன் என்னும் புதிய தளபதியை அமெரிக்காவுக்கு அனுப்பியது. அவர் சார்ல்ஸ்டன் என்னும் இடத்தைக் கைப்பற்றிய அதே நேரத்தில் இன்னொரு தளபதி கார்ன் வாலிஸ் யார்க்டவுனில் அமெரிக்காவிடம் சரணடைந்தார்!

கிட்டத்தட்ட எட்டுவருஷம் நடந்த யுத்தம் இது. இரு தரப்பிலும் ஏராளமான சேதம் இருந்தது. ஆனால் போர் முடியாமல் இழுத்துக்கொண்டே போனது. இங்கிலாந்திடம் வலிமை இருந்தது என்றால், அமெரிக்க வீரர்களிடம் தேசப்பற்றும் விடாமுயற்சியும் இருந்தன. மேலும் ஆரம்பத்தில் வாஷிங்டன் மேல் பாதி நம்பிக்கை மட்டுமே கொண்டிருந்த அமெரிக்க வீரர்களுக்கு அவரது ராஜதந்திர நடவடிக்கைகள் முழுவதுமாகத் தெரியத்தொடங்கியதும் பூரண ஒத்துழைப்பு தரத் தொடங்கிவிட்டார்கள். வேறு யாராவது படைத்தளபதியாக வந்திருந்தால் இந்த அளவுக்குக் கூட வெற்றி பார்த்திருக்கமுடியாது என்பது அவர்களுக்குப் போர் தொடங்கிய கொஞ்ச காலத்திலேயே புரிந்துவிட்டது.

இதையெல்லாம் விட மிகமுக்கியமாக 1776ம் ஆண்டு ஜூலை 4ம் தேதி பிலடெல்பியாவில்

கூடிய அமெரிக்க காங்கிரசின் மூன்றாவது மாநாட்டில் சுதந்தர அறிக்கை இயற்றப்பட்டு அறிவிக்கப்பட்டுவிட்டது. இனி செத்தாலும் பிரிட்டனுடன் அரசியல் உறவு கிடையாது; அதற்கு அடிபணியவும் மாட்டோம் என்று திட்டவட்டமாக அறிவித்த அந்த சுதந்தர அறிக்கையில், போருக்குப் பின் அமெரிக்காவில், அமையவிருக்கிற நல்லாட்சி குறித்த நம்பிக்கையும் தெரிந்ததால் வீரர்களுக்குக் குஷியாகிவிட்டது.

ஒருவழியாக 1783ல் வெர்செயில்ஸ் (Versailles) ஒப்பந்தத்தின்மூலம் போர் ஒரு முடிவுக்கு வந்தது. பிரிட்டன், ஐக்கிய அமெரிக்க நாடுகளின் சுதந்தரத்தை அங்கீகரித்தது. அமெரிக்காவுக்கும் கனடாவுக்குமான எல்லை வரையறுக்கப்பட்டது.

6. முதல் அதிபர் யார்?

வெர்செயில்ஸ் ஒப்பந்தம் நடந்துமுடிந்த 1783ம் ஆண்டு, அமெரிக்க சுதந்தரப் போர் முடிவுற்றது என்று பார்த்தோம். வில்லன் ஒழிந்தானா, ஹீரோ ஜெயித்தாரா அத்தோடு சுபம் என்று சினிமா மாதிரி அடுத்தக் காட்சிகள் அரங்கேறியதா என்றால் அதான் இல்லை!

அமெரிக்க சுதந்தரப்போர் முடிவடைந்ததற்கும் 'சுதந்தர அமெரிக்காவின் தந்தை' என்று இன்றளவும் வருணிக்கப்படும் ஜார்ஜ் வாஷிங்டன் அதிபராகப் பொறுப்பேற்று நல்லாட்சி புரியத் தொடங்கியதற்கும் இடையே கொஞ்சநாள் இடைவெளி இருந்தது. கொஞ்சநாள் என்றால் பத்துப் பதினைந்து நாள் அல்ல. கிட்டத்தட்ட ஆறு வருஷங்கள்!

எதாவது வரலாற்றுப் பாடப் புஸ்தகத்தை எடுத்துப் பாருங்கள். ரொம்பத் தெளிவாக இருக்கும். '1783ல் அமெரிக்கா சுதந்தரமடைந்தது. 1789ல்

அமெரிக்காவின் முதல் ஜனாதிபதியாக ஜார்ஜ் வாஷிங்டன் பதவியேற்றார்.'

'ஐயா, நடுவில் உள்ள ஆறு வருஷங்கள் என்ன ஆயின?' என்று பள்ளிக்கூடப் பிள்ளைகள் இதுவரை எந்த வாத்தியாரையும் கேட்டதாகத் தெரியவில்லை. (இங்கு மட்டுமல்ல; அமெரிக்காவில் கூட!) அப்படியே கேட்டிருந்தாலும் வாத்தியார்களும் விழித்துத்தான் இருக்கவேண்டும்.

ஏனெனில் இருட்டடிப்பு செய்யப்பட்ட பக்கங்கள் என்று வரலாற்றில் சில சங்கதிகள் எப்போதும், எங்கேயும் உள்ளன. இது அந்த 'பவர்கட்' பிரதேசங்களுள் ஒன்று!

அமெரிக்க அதிபர்களைப் பற்றியும் அமெரிக்காவின் அரசியல் வரலாறு குறித்தும் பகுதி பகுதியாக இதுவரை சுமார் ஆயிரத்தி இருநூறு புத்தகங்கள் வெளியாகியிருக்கின்றன. (ஆங்கிலத்தில் மட்டும் சுமார் எழுநூறு.) இவற்றுள் நேரடியாக அதிபர்களின் வாழ்க்கை மற்றும் அரசியலை விளக்கும் புத்தகங்கள் ஒரு பக்கம் என்றால், மறைக்கப்பட்ட சங்கதிகளை வெளிச்சம்போட்டுக்காட்டும் புத்தகங்களும் அநேகம். அந்தப் புத்தகங்களில் கூட அவர்களின் அந்தரங்க விஷயங்கள், ஊழல்கள், வழக்குகள் போன்றவை தான் அம்பலமாகியிருக்குமே தவிர அந்த முதல் ஆறுவருஷ விவகாரங்கள் ஏதும் இருக்காது.

அட, இத்தனை தூரம் ஏன் போகவேண்டும்? வெள்ளை மாளிகையிலிருந்து ஒரு வெப்சைட்

நடத்துகிறார்கள். அமெரிக்க அரசின் அதிகாரபூர்வ இணையத்தளம் அது. அத்தனை அமெரிக்க அதிபர்களின் ஜாதகமும் அதில் இருக்கிறது. அமெரிக்க வரலாறே அங்கே அதிபர்வாரியாக, சுமார் ஐம்பது பக்கங்களில் அழகாக, சுருக்கமாகக் கொடுக்கப்பட்டிருக்கிறது. அந்த இணையத் தளத்தில் கூட இந்த முதல் ஆறு வருஷ சங்கதிகள் பற்றி மூச்சு விடமறுக்கிறார்கள்!

என்னதான் அப்படி நடந்திருக்கிறது?

மிகவும் சுவாரசியமான அந்தத் தகவல்களைப் பெற நமக்கு ஒத்தாசையாக இருப்பது அமெரிக்காவின் விரோதநாடுகள் சிலவற்றிலிருந்து வெளிவரும் இணையத்தளங்கள் மட்டுமே. எந்தெந்த நாடுகள், என்னென்ன தளங்கள் என்பது அவ்வளவு முக்கியமல்ல. ஆனால் அந்த ஆறுவருஷக் கதை கொஞ்சம் முக்கியம். ஏனென்றால், சுதந்தர அமெரிக்காவில் கொஞ்ச வருஷம் கழித்து நடந்த உள்நாட்டுக் கலவரங்களுக்கும் இந்த மறைக்கப்பட்ட ஆறு வருஷங்களுக்கும் காலே அரைக்கால் சதவீதத் தொடர்பு இருக்கிறது.

விரிவாகப் பார்க்கலாமா?

அமெரிக்க சுதந்தரப் போர் முடிந்ததுமே எல்லாரும் சேர்ந்து வாஷிங்டனைக் கூப்பிட்டு ஜனாதிபதியாக முடிசூடி உட்கார வைத்துவிடவில்லை. சொல்லப் போனால் வாஷிங்டனுக்கே, போரும் சுதந்தரமும் தான் முக்கியமாக இருந்ததே தவிர ஆட்சி அதிகாரம் அத்தனை விருப்பமாக இல்லை. யாராவது ஆண்டுகொள்வார்கள்;

அல்லது தன்னைக் கூப்பிட்டால் அப்போது யோசிக்கலாம் என்று முடிவு செய்துவிட்டு பழைய பண்ணையார் ஜோலியைப் பார்க்கவும் மனைவி, குடும்பத்தை கவனிக்கவுமாகத் தன் சொந்த ஊரான விர்ஜீனியாவுக்குப் போய்விட்டார்.

நம்மூரில் பல எம். எல்.ஏக்களும் அமைச்சர்களும் ஊரில் பெரிய பண்ணையார்களாக இருக்கிறார்களல்லவா? அந்தமாதிரி வாஷிங்டன் அந்த ஊர் பண்ணையார். கூடவே விர்ஜீனியா மாகாண ஆட்சி மன்றத்தையும் நிர்வகித்துக்கொள்ள ஆரம்பித்தார். அதாவது ஒரு மாநில முதல்வர் மாதிரி. தான் அமெரிக்காவின் ஜனாதிபதி ஆவோம் என்றெல்லாம் அவர் நினைத்துக்கூடப் பார்க்காத தினங்கள் அவை.

அந்த நிலையில், வட அமெரிக்க நிலப்பரப்பின் சுதந்தரத்துக்காகப் போராடிய அமெரிக்க காங்கிரஸ், ஜான் ஹான்ஸன் என்னும் சுதந்தரப் போராட்ட வீரரை 1781ம் ஆண்டே சுதந்தர அமெரிக்காவின் முதல் அதிபராகத் தேர்ந்தெடுத்துவிட்டது.

அமெரிக்க சரித்திரம் ரொம்ப சுலபமாக இந்த விவகாரங்களை எப்போதும் தொட்டுப்பார்ப்பதே இல்லை. மூச்சு கூட விடமாட்டார்கள். காரணம் பிறகு. முதலில் அந்த மனிதரைப் பற்றி நாலு வரிகள் பார்த்துவிடலாம்.

இந்த ஜான் ஹான்ஸன், பெரிய தேசபக்தக் குடும்பத்திலிருந்து வந்தவர். மேரிலாந்தைச் சேர்ந்தவர். அவரது தாத்தா, கொள்ளுத்தாத்தா காலத்திலிருந்தே சுதந்தர தாகமும் போர் வேகமும்

கொண்ட குடும்பம் ஜான் ஹான்ஸனுடையது. அவருடைய ஒன்றுவிட்ட சகோதரர் ஒருத்தர் அமெரிக்க சுதந்தரப் போர் நடந்துகொண்டிருந்த காலத்தில் தளபதி வாஷிங்டனுக்கு ராணுவ செகரட்டரியாக இருந்தார். இன்னொரு சகோதரர் அமெரிக்க சுதந்தரப் பிரகடனத்தை முதல்முதலில் வரையறுத்த குழுவில் உறுப்பினராக இருந்தார். வேறொரு சகோதரர் அரசியல் சாசனத்தை வரையறுத்த குழுவில் இருந்தார். ஹான்ஸனின் இரண்டு மகன்கள் அமெரிக்க சுதந்தரப் போரின்போது இங்கிலாந்துப் படையினரால் கொல்லப்பட்டவர்கள்.

இத்தகைய பின்னணி கொண்ட ஜான் ஹான்ஸனுக்கு தேசப்பற்று என்பது சுவாசம் மாதிரி. சுத்த அரசியலில் ரொம்ப ஆர்வம் அவருக்கு. 1775ம் ஆண்டு மேரிலாந்து மாகாண சட்டசபைக்கு உறுப்பினராகத் தேர்ந்தெடுக்கப்பட்டது தான் அவரது முதல் அரசியல் படி. பிறகு 1777ல் காங்கிரஸ் உறுப்பினராகிவிட்டார். ரொம்பசில நாட்களிலேயே அமெரிக்க காங்கிரஸின் முக்கியத் தலைவர்களுள் ஒருவராகும் அளவுக்கு ஜான் ஹான்ஸன் உயரக்காரணம், அவரது நிர்வாகத் திறன்.

ஒரு ஆச்சர்யம் தெரியுமா? அமெரிக்க காங்கிரஸின் தலைவராக ஹான்ஸன் தேர்ந்தெடுக்கப்பட்ட போது அவருக்குக் கீழே உத்தியோகம் பார்த்துக்கொண்டிருந்தார் வாஷிங்டன்! மூத்த சுதந்தரப் போராட்ட வீரர் என்னும் வகையில் ஹான்ஸனை சுதந்தர அமெரிக்காவின் முதல்

அதிபராக காங்கிரஸ் நியமித்தபோது முதல்முதலில் கைதட்டியவரும் வாஷிங்டன் தான்.

என்ன பிரச்னை என்றால், போராடி சுதந்தரம் பெறத் தெரிந்த அமெரிக்கர்களுக்கு எப்படி உருப்படியான சட்டதிட்டங்களை வகுத்துக்கொண்டு ஆட்சி செய்வது என்று அக்காலத்தில் தெரிந்திருக்க வில்லை. தவிர, போர் முடிந்ததும் ராணுவ வீரர்கள் அத்தனை பேரும் சம்பளம் கேட்டார்கள்.

திட்டத்திலேயே இல்லாத விஷயம் அது! எத்தனை ஆயிரம் பேர்! அவர்களெல்லாம் சம்பளத்துக்காகப் போர் செய்திருப்பார்கள் என்று அமெரிக்க காங்கிரஸ் நினைத்துக்கூடப் பார்க்கவில்லை. ஏனெனில் தலைவர்கள் யாரும் சுதந்தரப் போராட்டத்தை ஒரு நைன் டு பைவ் ஆபீஸ் உத்தியோகமாகக் கருதியிருக்கவில்லை!

ஆனால் ராணுவ வீரர்கள் சம்பளம் கேட்டதில் நியாயம் இருப்பதாகவே காங்கிரஸில் பலபேர் நினைத்தார்கள். நினைத்து என்ன பிரயோஜனம்? கஜானாவில் நாலு பைசா கிடையாது. ஏன், கஜானா என்பதே உருவாக்கப்படவேண்டிய ஒரு விஷயமாகத்தான் அப்போது இருந்தது!

ஆகவே ராணுவ வீரர்களுக்கு சம்பளம் தரஜனாதிபதி ஹான்ஸனால் முடியவில்லை. எட்டுவருஷம் நடந்த சுதந்தரப் போர் முடிவடைந்திருந்த அந்தக் கணத்திலேயே இன்னொரு உள்நாட்டு யுத்தம் தொடங்குவது மாதிரி இருந்தது. ஒட்டுமொத்த ராணுவமும் ஹான்ஸன் தலைமையிலான அரசை

விரட்டியடித்துவிட்டு, தளபதி வாஷிங்டனை முடிசூட ரெடியா என்று கேட்டது.

என்ன பதில் சொல்வது என்று வாஷிங்டனுக்குத் தெரியவில்லை. அவர் தளபதியே தவிர ஜனநாயகவாதி. கொஞ்சம் பொறுத்துப் பார்க்கலாம் என்று நினைத்திருக்கக் கூடும். ஆனால் எங்கே ராணுவம் தங்களைக் கொன்றுவிடுமோ என்று பயந்து ஹான்ஸனின் அமைச்சரவை சகாக்கள் ஒட்டுமொத்தமாக ஓடியே போய்விட்டார்கள்.

ஒண்டியாளாக ஜான் ஹான்ஸன் ராணுவத்தினரை சமாதானப்படுத்த முயற்சிகள் மேற்கொண்டார். ஒருவேளை அன்று அவரும் ஓடியிருந்தால் அமெரிக்காவில் வாஷிங்டன் ஒரு சர்வாதிகாரியாகத் தன் அரசியல் பிரவேசத்தை நிகழ்த்தும் நெருக்கடி உண்டாகியிருக்கும்! நல்லவேளை, அப்படியாகவில்லை.

ஹான்ஸனின் ஆட்சிக்காலம் ரொம்ப நாள் இல்லை. சுமார் ஒருவருஷம் தான். நவம்பர் 5, 1781லிருந்து அடுத்தவருஷ நவம்பர் மூணுவரை தான் அவர் அதிபராக இருந்தார். (அப்போது சட்டமே அதுதான். ஒரு ஜனாதிபதி ஒருவருஷம் தான் இருக்கலாம்.) அவரது காலத்தில் ஐக்கிய அமெரிக்கா முழுவதும் அமெரிக்கக் கொடி மட்டுமே பறக்கவேண்டும் என்பது நடைமுறைக்கு வந்தது. மற்ற தேசங்களின் காலனிக்கொடிகள் அமெரிக்க மண்ணில் பறக்கமுடியாதபடி செய்தவர் ஹான்ஸன்.

அமெரிக்க அரசுக்கு முதல்முதலில் ஒரு முத்திரை செய்து கொடுத்தது, முதல் கஜானாவை நிறுவியது,

ராணுவத்துக்கு ஒரு தலைமைச் செயலகத்தை அமைத்தது, முதல் முதலில் வெளிவிவகாரங்களை கவனிப்பதற்காக ஓர் அலுவலகத்தைத் திறந்தது, நவம்பர் நாலாவது வியாழக்கிழமையை 'நன்றியறிவிப்பு தினமாக' அறிவித்தது இதையெல்லாம் ஹான்ஸனின் சாதனைகள் அல்லது செயல்கள் என்று சொல்லலாம்.

அவருக்குப் பிறகு இலியாஸ் பவுடினாட், தாமஸ் மி·ப்லின், ரிச்சர்ட் ஹென்றி லீ, நாதன் கோர்மன், ஆர்தர் க்ளேர், க்ரி·பின் என்று இன்று ஒருத்தருக்கும் தெரியாத, சும்மா இவர்தானா என்று பார்க்க ஒரு போட்டோ கூட இல்லாத அஞ்சு பேர் அமெரிக்க ஜனாதிபதிகளாக ஆளுக்கு ஒரு வருஷம் இருந்தார்கள்.

அப்புறம் தான் வாஷிங்டன் மேடைக்கே வருகிறார்.

ஆனால் ஏன் இந்த விஷயம் வெளியே வரவே இல்லை? இதை வெளிப்படுத்த அமெரிக்கா ஒருபோதும்நடவடிக்கைஎடுக்காதது(இன்றுவரை!) ஏன்? வாஷிங்டன் தான் முதல் ஜனாதிபதி என்று தொடர்ந்து சொல்லப்பட்டுவருவது எதற்காக?

கொஞ்சம் ஆச்சர்யம் கலந்த அதிர்ச்சி தான் அது. ஒரு சுதந்தரப் போர். எட்டுவருஷம் நடக்கிறது. போரின் இறுதியில் அமெரிக்கா தன் நோக்கத்தில் வென்று தனி, சுதந்தர நாடாகிறது. ஒரு மனுஷன் ஜனாதிபதி ஆகிறார். அவரைத் தொடர்ந்து ஆறு பேர் அந்த நாற்காலியில் உட்கார்ந்துவிட்டுப் போகிறார்கள். ஆனால் ஒருத்தர் பேரும் சரித்திரத்தில் இல்லை! சுத்தமாக இல்லை!! ஒரு வரி கூடக் கிடையாது!

இது எந்த ஊர் நியாயம் என்றால், இது தான் அமெரிக்க நியாயம்!

ஹான்ஸன் தொடங்கி க்ரி·பின் வரையிலான அமெரிக்காவின் முதல் ஜனாதிபதிகள் ஏழு பேர் ஏன் அமெரிக்க சரித்திரத்தில் இடம்பெறவில்லை என்பதற்கு அமெரிக்கா சொல்லுகிற காரணம், மிக முக்கியமானது. அந்நாட்டின் ஜனநாயகத்தைப் புரிந்துகொள்ள மிகவும் உதவக்கூடியது. அதே சமயம் கொஞ்சம் பரிதாபகரமானதும் கூட!

7. சுதந்தர அமெரிக்கா

ஜான் ஹான்ஸன். சுதந்தர அமெரிக்காவின் முதல் ஜனாதிபதி. அவரைத்தொடர்ந்து வருஷத்துக்கு ஒருத்தர்வீதம் இன்னும் ஆறுபேர் அந்த நாற்காலியில் உட்கார்ந்தார்கள்.

அவர்கள் ஜனாதிபதியாக இருந்ததில் அமெரிக்காவுக்கு அவமானப்படக்கூடியதாகவோ, மறைத்தே ஆகவேண்டியோ, ஒரு புடலங்காய் நியாயமும் இல்லை. ஆனாலும் அமெரிக்க சரித்திரம் அந்த ஏழு ஜனாதிபதிகளைக் கணக்கில் எடுத்துக்கொள்ளவே இல்லை. இதற்கான காரணத்தைக் கொஞ்சம் கவனமாகப் பார்க்க வேண்டும்.

காலனி நாடுகள் இணைந்து பிரிட்டனைப் போரில் வென்று, சுதந்தரம் அடைந்து, அமெரிக்க ஐக்கிய நாடுகள் என்னும் பெயரில் ஒரே தேசமானாலும் சட்ட ரீதியில் அவை

உறுதியாக இணைக்கப்படாதிருந்தது. ·பெவிகால் இணைப்புக்கும் சோற்றுப்பசை இணைப்புக்கும் வித்தியாசம் இருக்கிறதில்லையா? அந்தமாதிரி.

குடியேற்ற நாட்டுப் பிரதிநிதிகள் காங்கிரஸ் என்ற ஒரு சபை தான் நிர்வாகத்துக்குப் பொறுப்பு. ஆனால் இந்த காங்கிரஸ் சொன்னதையெல்லாம் குடியேற்ற நாடுகள் கேட்டாகவேண்டிய கட்டாயம் இல்லை. அங்கங்கே இருந்த பிராந்திய கமிட்டிகள் (அதாவது,மாநில அரசு மாதிரி) தன்னிஷ்டத்துக்கு முடிவெடுத்துக்கொண்டிருக்கும், எல்லா விஷயங்களிலும்.

புரியும் விதமாகச் சொல்லவேண்டுமென்றால், தமிழ்நாடு ஒரு தனி மாநிலம். ஆனால் மத்திய அரசுக்குக் கட்டுப்பட்டது இல்லையா? அந்தமாதிரி அங்கே காலனி நாடுகள் தனித்து இயங்கின. ஆனால் ஒரே வித்தியாசம், மைய அரசாக விளங்கிய காங்கிரசுக்குக் கட்டுப்பட மறுத்தன. இது பேஜார் தான் இல்லையா?

இந்த பேஜாரைத்தான் ஜான் ஹான்ஸனும் அவருக்கு அடுத்துவந்த ஜனாதிபதிகளும் வேண்டிய அளவுக்கு அனுபவித்தார்கள். கழுதையாகக் கத்தினாலும் ஒரு பயலும் கேட்கமாட்டார்கள். கூட்டாட்சி நிர்வாகம் என்பது எத்தனைச் சிக்கல் என்று அவர்களுக்கு அப்போது புரிந்ததே தவிர, இதற்குச் சரியான தீர்வு என்ன என்று கண்டுபிடிக்கமுடியவில்லை. அரசியல் அமைப்புச் சட்டம் என்று ஒன்றை உருவாக்கி, அதை எல்லாரும் ஏற்றுக்கொண்டாலொழிய வேறு கதி மோட்சமே இதற்குக் கிடையாது.

ஆனால் பூனைக்கு யார் மணி கட்டுவது? கஜானாவில் காசு கிடையாது. ராணுவம் உட்பட எந்தத் துறைக்குமே ஒழுங்கான நிர்வாக ஏற்பாடுகள் செய்தபாடில்லை. வர்த்தகம், வெளியுறவு, இண்டலிஜென்ஸ் என்று எதுவுமே உருப்படியாக ஒரு முகம் பெற்றபாடில்லை. யாராவது ஒரு பெருந்தலைவர் வேண்டும். அவர் சொல்படி ஒட்டுமொத்த அமெரிக்கக் காலனிகளும் கேட்டு நடக்கவேண்டும். அது நடக்காதபட்சத்தில் மீண்டும் துண்டுதுண்டாகச் சிதறி, மறுபடி அந்நியர் ஆதிக்கத்துக்கு உட்பட நேரிடலாம்.

இந்தமாதிரி ஒரு நெருக்கடி உண்டாகாமல் தடுக்க 1787ல் பிலடெல்பியாவில் அரசியல் அமைப்புச் சட்டம் எழுத ஒரு மாநாடு கூட்டப்பட்டது. தேசத்தின் மிக முக்கியமான பிரமுகர்கள் அத்தனை பேருக்கும் அழைப்பு அனுப்பினார்கள். உருப்படியான யோசனைகள் கிடைக்கும் என்று எதிர்பார்க்கப்பட்ட அக்கூட்டத்தில் பெரும்பான்மையானவர்கள், நிர்வாகிகளின் வயிற்றில் புளியைக் கரைத்தார்கள்.

அதாவது, ஜனநாயகம் என்பதன் அர்த்தம் யாருக்கும் அப்போது அங்கே புரியவில்லை. 'அதெல்லாம் வேலைக்கு ஆகாது' என்று கட் அண்ட் ரைட்டாகச் சொல்லிவிட்டார்கள். 'தேசம் உருப்பட மன்னர் ஆட்சி தான் சரி. வாஷிங்டனை மன்னராக்கி உட்கார வையுங்கள், எல்லாம் சரியாகிவிடும்' என்று எல்லா காலனி நாட்டுப் பிரதிநிதிகளும் வாய்ப்பாடு படித்தார்கள்.

வாஷிங்டனுக்கே இந்த யோசனை உருப்படும் என்று தோன்றவில்லை. அடிப்படையில் அவர் ஒரு தீர்க்கதரிசி. அமெரிக்காவை நிர்வகிப்பதில் எழக்கூடிய எல்லாவிதமான சிக்கல்களையும் அத்தேசம் ஒரு உருவம் பெறத்தொடங்கியபோதே கண்டுபிடித்துச் சொன்னவர். கூட்டாட்சித் தத்துவத்தைச் சரியாகப் புரிந்துகொண்டு, தெளிவான திட்டமிடலுடன் பார்லிமெண்டரி ஜனநாயகத்தைக் கடைபிடித்தால் தான் அமெரிக்கா பிழைக்கும் என்பது அவரது தீர்மானமான முடிவு.

'வேறு வழியே இல்லை. மரியாதையாக அரசியல் அமைப்புச் சட்டத்தை வகுக்கத் தொடங்குங்கள்' என்று சொல்லிவிட்டார்.

'அப்போ மன்னர் சீட்?'

'தூக்கிப் பரணில் போடுங்கள்' என்று சொல்லிவிட்டார். வாஷிங்டன் மன்னராட்சி வேண்டாம் என்று சொன்னதும் வேறு யாராவது வேண்டும் என்று குரல் கொடுக்கிறார்களா என்று பார்த்தார்கள். ஒருத்தரும் வாய் திறக்கவில்லை. எல்லாரும் வாஷிங்டன் கருத்தை ஏற்றுக்கொண்டுவிட்டார்கள் என்று இதற்கு அர்த்தமில்லை.

அந்நாளில் ராணுவத் தளபதி என்றால் ஒரு பயம் கலந்த மரியாதை எல்லாருக்குமே உண்டு. மன்னருக்கு அடுத்தபடி அவர்தான். அமெரிக்காவில் மட்டுமில்லை; எல்லா நாடுகளிலுமே. அமெரிக்காவைப் பொறுத்தவரை மன்னர் யாரும்

கிடையாது என்பதால் தளபதி சொன்னால் வாயை மூடிக்கொண்டுவிடுவார்கள். இத்தனைக்கும் வாஷிங்டன் அப்போது தளபதியாகக் கூட அங்கே இல்லை. போர் முடிந்ததுமே தன் பண்ணையார் உத்தியோகத்தை உத்தேசித்து ஊரைப் பார்க்கப் போய்விட்டவர்.

ஆகவே அரசியல் அமைப்புச் சட்டத்தை வகுக்க ஒரு கமிட்டி நியமிக்கப்பட்டது. அந்நாளில் அமெரிக்காவில் இருந்த நடைமுறைகளைக் கேட்டால் சிரிப்புத்தான் வரும்.

ஹான்ஸன் மாதிரி ஜனாதிபதிகள் இருந்தார்கள். பல அமைச்சர்கள் இருந்தார்கள். மக்கள் பிரதிநிதிகள் இருந்தார்கள். கிட்டத்தட்ட ஜனநாயகமும் இருந்தது. ஆனால் அந்த ஜனநாயகத்தின் விதிகள் ரொம்ப வேடிக்கையாக இருக்கும். உதாரணமாக, ஓட்டுப்போடும் உரிமை அப்போது ஆண்களுக்கு மட்டும் தான். பெண்களுக்கும் அரசியலுக்கும் சம்பந்தமில்லை என்பது தான் அமெரிக்காவின் சித்தாந்தமாயிருந்தது. (பின்னாளில் பல அதிபர்களின் மனைவிகளும் தோழிகளும் தான் அமெரிக்க அரசியலையே சமையலறை அல்லது ஓட்டல் அறைகளிலிருந்து இயக்கியிருக்கிறார்கள்!)

சரி, எல்லா அமெரிக்க ஆண்களும் ஓட்டுப் போட முடியுமா என்றால் அதுவும் கிடையாது. குறைந்தது ஒரு ஏக்கர் நிலமாவது சொந்தமாக உள்ளவர்கள் மட்டும் தான் ஓட்டுப் போடமுடியும். பிரபுக்கள் என்று சொல்வார்களில்லையா? அவர்களுக்கு மட்டும் தான் எல்லா உரிமைகளும்.

இதைவிட வினோதம், கிறித்தவ நாடான அமெரிக்காவில் கத்தோலிக்கர் அல்லாத பிற கிறித்தவர்களுக்கு அன்று ஓட்டளிக்கும் உரிமை கிடையாது! இந்த நிலையில் கறுப்பர்களுக்கும் மற்ற மதத்தவர்களுக்கும் என்ன உரிமைகள் கிடைத்திருக்கும் என்று விவரிக்க வேண்டுமா என்ன?

சுதந்தரமடைந்த ஆறேழு வருஷங்களில் இந்த விஷயங்களெல்லாம் எத்தனை அபத்தம் என்று மக்களுக்கும் ஆள்பவர்களுக்கும் புரிந்துவிட்டது. இத்தனை கேவலமான நடைமுறைகளைக் கடைபிடித்து வந்திருக்கிறோமே என்று அவர்கள் மனதார வருத்தப்பட ஆரம்பித்தார்கள்.

நிஜமான ஜனநாயகம் என்பது என்ன என்பது புரியத்தொடங்கியதும் அவர்களுக்கு உடனே ஒரு அரசியல் அமைப்புச் சட்டம் நிறுவப்பட வேண்டியதன் அவசியம் புரிந்துவிட்டது.

இதன் பிறகு தான் பிலடெல்பியாவில் காங்கிரஸ் கூடியது. மன்னராட்சி உருப்படாது என்று வாஷிங்டன் சொன்னார். அரசியலமைப்புச் சட்டக்குழுவும் அமைக்கப்பட்டது.

1789ல் அமெரிக்க அரசியல் அமைப்புச் சட்டம் அமுலுக்கு வந்தது. ரொம்பத் தெளிவான சட்டம். நாலு வருஷத்துக்கு ஒரு முறை ஜனாதிபதி தேர்தல். அமைச்சர்களின் உதவியுடன் அவர் ஆட்சி செய்வார். (இந்திய ஜனநாயகத்தின் பிரதமர் போஸ்ட் அமெரிக்க ஜனநாயகத்தில் ஆரம்பத்திலிருந்தே கிடையாது.) சட்டங்கள்

இயற்ற இரண்டு குழுக்கள். ஒன்று, குடியேற்ற நாடுகளின் பிரதிநிதிகளைக்கொண்ட குழு. இதைத் தான் 'செனட்' என்பார்கள். இன்னொன்று, மக்கள் ஓட்டளித்துத் தேர்ந்தெடுக்கும் பிரதிநிதிகளைக்கொண்ட குழு. இதை House of Representatives என்பார்கள். நம்மூர் எம்.எல்.ஏக்கள் மாதிரி.

செனட் குழுவில் இருக்கிறவர்களெல்லாம் நியமன உறுப்பினர்கள். அந்தந்தக் காலனி நாடுகளின் உள்ளாட்சியாளர்கள் தேர்ந்தெடுத்து அனுப்பிவைப்பார்கள். எம்.எல்.ஏக்கள், எம்.எல்.ஏ.க்கள் தான். மக்களின் தேர்வு.

இந்த இரண்டு சபைகளும் சட்டம் இயற்றவும் நிதி நிலைமையைக் கட்டுப்படுத்தவும் அதிகாரம் கொண்டிருந்தன. ரெண்டுதரப்பினரும் ஜனாதிபதி சொல்பேச்சுக் கேட்டு நடந்துகொள்ள வேண்டியது. அவ்வளவு தான்.

அரசியலமைப்புச் சட்டத்தைப் பாதுகாக்க நீதிமன்ற நடவடிக்கைகள் ஏற்படுத்தப்பட்டன.

ஆச்சா? அமெரிக்க அரசியல் அமைப்புச் சட்டத்தின் சுருக்கம் இதுதான். பொதுவாக எல்லா ஜனநாயக தேசங்களின் அரசியல் அமைப்புச் சட்டமுமே கிட்டத்தட்ட இப்படித்தான் இருக்கும் - இந்தியா உட்பட. ஆனால் நடைமுறையில் அமெரிக்காவின் இந்த ஏற்பாடு எப்படியெல்லாம் வளைந்துகொடுத்து ஜனாதிபதிக்கு உதவப் போகிறது என்பதை இனிவரும் பல நாடகத் தன்மை மிக்க அத்தியாயங்களில் பார்க்கப்

போகிறோம். அதற்கு முன்னால் அந்த ஜான் ஹான்ஸன் விவகாரத்தை முடித்துவிடலாம்.

1789ல் அரசியல் அமைப்புச் சட்டம் இயற்றப்பட்டு எல்லா கூட்டாட்சி நாடுகளாலும் ஏகமனதாக ஒப்புக்கொள்ளப்பட்டன. தொழில் துறையிலும் அயலுறவுத்துறையிலும் முதலில் தீவிர கவனம் செலுத்தினால் ஒழிய அமெரிக்கா முன்னேறுவது கஷ்டம் என்று எல்லாருக்கும் தெரிந்திருந்தது. ஹான்ஸன் தொடங்கி க்ரி·பின் வரையிலான சுதந்தர அமெரிக்காவின் முதல் ஜனாதிபதிகள் பெயரளவுக்கு ஜனாதிபதிகளாயிருந்தார்களே தவிர நிர்வாகம் அவர்களுக்கு சுத்தமாகத் தெரியவில்லை என்று அமெரிக்க மக்கள் நினைத்தார்கள். ரொம்ப சுலபம் இல்லையா? வாழ்க்கைத் தரம் உயர்கிறதா என்று பார்த்து அரசியல்வாதிகளை அவர்கள் மதிப்பிட்டார்கள், அப்போது.

எல்லாருக்குமே வாஷிங்டன் ஜனாதிபதியாக வேண்டும் என்ற எண்ணம் இருந்தது. ஆகவே எதிர்ப்பே இல்லாமல் 1789ம் ஆண்டு ஏப்ரல் 30ம் தேதி அவர் அமெரிக்காவின் ஜனாதிபதி ஆனார்.

கணக்குப் படி பார்த்தால் வாஷிங்டன் அமெரிக்காவின் எட்டாவது ஜனாதிபதி. ஆனால் அரசியலமைப்புச் சட்டப்படி மக்களால் தேர்ந்தெடுக்கப்பட்டவர்கள் வரிசையில் அவர் தான் முதல்.

அமெரிக்கர்களின் தேசபக்தி எப்படிப்பட்டதென்றால், அரசியலமைப்பின்படி தேர்ந்தெடுக்கப்பட்டவர் எட்டாவது அல்ல; எண்பதாவது இடத்தில்

இருந்தாலும் அவர் தான் முதல் ஜனாதிபதி என்று சொல்லும் அளவுக்கு!

இதன் அடிப்படையில் வாஷிங்டனை முதல் ஜனாதிபதி என்று சொல்லிவிட்டதால் முந்தைய ஏழுபேரையும் நிர்த்தாட்சண்யமாக சரித்திரத்தின் பக்கங்களிலிருந்து கிழித்துப் போட்டுவிட்டார்கள். இதை ஒருத்தரும் ஆட்சேபிக்கவில்லை, எதிர்க்கவில்லை. அட, ஒரு முணுமுணுப்புக் கூட இல்லை.

அமெரிக்கர்களுக்கு அரசியல் அமைப்புச் சட்டம் என்பது பைபிளுக்கு அடுத்தபடி இருந்தது அக்காலத்தில். பதினெட்டாம் நூற்றாண்டின் மத்தியில் பல பள்ளிக்கூடங்களில் பாடமாகவும் போதிக்கப்பட்டிருக்கிறது. மனதார ஒருத்தரை ஜனாதிபதியாகசட்டப்படி தேர்ந்தெடுத்துவிட்டால், அவரது ஆட்சிக்காலம் முடிவுறும் வரை விமர்சனமற்று இருக்க அவர்கள் இயல்பிலேயே பழகியிருந்தார்கள். இதைக் கிட்டத்தட்ட கணவன் விஷயத்தில் இந்தியப் பெண்கள் நடந்துகொள்ளும் விதத்தோடு ஒப்பிடமுடியும்.

அமெரிக்கர்களின் இந்த ஜனாதிபதி விசுவாசத்துக்கு ஒரே காரணம், எப்படியாவது தம்மை அடிமைப்படுத்திய இங்கிலாந்தைக் காட்டிலும் உயர்ந்த, சிறந்த தேசமாக அமெரிக்காவை உருவாக்கிக் காட்டவேண்டும் என்கிற வெறியும் வேகமும் தான்.

அமெரிக்க மக்களுக்கும் பிரிட்டிஷ்காரர்களுக்கும் உள்ள வித்தியாசம் குறித்து ஒருமுறை நவீன

அமெரிக்காவை உருவாக்கிய சிற்பிகளுள் ஒருவரான பெஞ்சமின் ·ப்ராங்க்ளின் இப்படிச் சொன்னார்: "பிரிட்டிஷ்காரர்கள், மன்னரின் ரசிகராக இருக்கிறார்கள். அமெரிக்கர்களோ அதிபரின் சக ஊழியர்களாக இருக்கிறார்கள். ரசிகர்கள் ஒரு கட்டத்துக்கு மேல் தேக்கமடைந்துவிடக்கூடும். ஆனால் சிறந்த ஊழியர்கள் மேன்மேலும் வளர்வார்களேயொழிய தேங்கி நிற்கமாட்டார்கள்"

·ப்ராங்க்ளினின் இந்தச் சொல்லை நடைமுறைப்படுத்தும்விதமாகவே இருந்தது அதிபர் வாஷிங்டனின் நடவடிக்கைகள். அவர் பதவிக்கு வந்ததும் சொன்ன முதல் செய்தி: " நிலமுள்ளவர்கள், விவசாயத்துக்குச் செல்லுங்கள். நிலமில்லாத விவசாயிகள் நிலம் வாங்கும் அளவுக்கு உழைக்கத் தொடங்குங்கள். வியாபாரிகள் ஊரில் இருக்கவேண்டாம். கப்பல்கள் காத்திருக்கின்றன. உடனே கிளம்புங்கள். யாருக்காவது தரும காரியங்களில் நாட்டமிருந்தால் ஊருக்கு ஊர் பள்ளிக்கூடங்களை நிறுவுங்கள். விஞ்ஞானிகள் சிந்திக்கத் தொடங்குங்கள். உங்களின் எல்லா வளர்ச்சித் திட்டங்களிலும் ஒத்தாசைக்கு என்னைக் (அதாவது அரசை) கூப்பிடுங்கள்"

வாஷிங்டனின் முதல் நாலு வருஷ அதிபர் பதவியில் அவர் பல முக்கியமான விஷயங்களுக்கு அடித்தளம் அமைத்தார். உறுதியான அடித்தளம். அரசுத்துறைகள் ஒழுங்காக இயங்க சரியான பிரிவுகள், கிளைகள் அமைத்துக்கொடுத்தது அவர்தான். இறக்குமதிப் பொருட்களுக்கு உரிய வரி விதித்து வர்த்தகத்தை ஒழுங்கு படுத்துவதே

அவருக்குப் பெரிய தலைவலியாக இருந்தது. நிதி ஆதாரங்களை வலுப்படுத்துவது, புதிய தலைநகரம் நிறுவுவது என்று அவருக்கு எக்கச்சக்க வேலைகள் இருந்தன. ஏற்கெனவே சொன்னமாதிரி, அவரது ஸ்பெஷாலிடியான 'வேலைகளைப் பகிர்ந்துகொடுத்து, நடுவே மூக்கை நீட்டாமல் சுதந்தரமாகச் செயல்படவிடுவது' என்னும் குணம் இப்போது சிறப்பாக ஒர்க் அவுட் ஆனது.

ஒரு மாதிரி நவீன அமெரிக்கா உருவாகத் தொடங்கிவிட்டது. வாஷிங்டன் பதவிக்கு வந்தும் நாலாண்டுகள் முடியத் தொடங்கியது. அடுத்த அதிபர் என்னும் சிந்தனையே மக்கள் மனத்தில் எழாதது பல தலைவர்களுக்கு வியப்பாக இருந்தது.

மக்களுக்கு வேண்டுமானால் வாஷிங்டன் போதும். ஆனால் தலைவர்களுக்கு அதிபர் நாற்காலி, ஆட்சி சுகம் வேண்டாமா?

ஹாமில்டன், தனது பெடரலிஸ்ட் கட்சியை இப்போது தான் தொடங்கலாமா என்று யோசித்துக்கொண்டிருக்கிறார். 'அடடே, யாரும் கட்சி தொடங்கலாமா? ஆமா, ஜனநாயகமாச்சே!' என்று இன்னும் பல உதிரிகள் ஆளுக்கொரு கட்சி தொடங்குகிறார்கள்.

பார்த்தார் வாஷிங்டன். அடித்தளமிட்டுக் கொடுத்துவிட்டோம், இனி மற்றவர்கள் பார்த்துக்கொள்வார்கள்; நாம் ஓய்வு பெறலாம் என்று முடிவு செய்தார்.

ஆனால் விதி வேறுவிதமாக முடிவு செய்திருந்தது.

பதவிக்கு வந்து நாலு வருஷமாகிறது. அரசியல் சாசனப்படி முதல் அதிபர் என்கிற பெயர். உருப்படியான சில நல்ல காரியங்கள் செய்யமுடிந்த திருப்தி. எல்லாவற்றுக்கும் மேலாக மக்கள் மத்தியில் நல்ல பேர். சரிதான், வீட்டுக்குப் போகலாம் என்று நினைத்தார் வாஷிங்டன். யாரும் கசப்படையும்படியாக ஏதாவது ஒரே ஒரு சம்பவம் கூட நடந்துவிடக்கூடாது என்பது அவரது எண்ணம். அடுத்தத் தலைவர்களுக்கு வழிவிட்டுவிட்டு தான் பதவி விலகிவிடலாம், அதான் ஒரு முழு ஆட்சிக்காலம் ஆண்டுவிட்டோமே என்று நினைத்து, ராஜினாமா செய்ய முடிவெடுத்தார்.

அந்த நேரத்தில் ஹாமில்டனுக்கு அமெரிக்காவில் நல்ல செல்வாக்கு இருந்தது. சுதந்தரப் போராட்ட காலத்திலிருந்தே அவர் ஒரு நல்ல ஹீரோ. மக்கள் கூட்டத்தில் பேசத்தொடங்கினால், மகுடிக்கு மயங்கிய பாம்பு மாதிரி ஜனம் கட்டுண்டு கிடக்கும் அவருக்கு. மேலும் பெரிய ராஜதந்திரி. செயல்வீரர். ஒரு நாட்டை ஆளும் அளவுக்கே கூட அவருக்குத் தகுதி இருந்ததாகத் தான் அநேகமாக எல்லாரும் நினைத்தார்கள்.

ஆடம்ஸுக்கு அரசு வட்டாரத்தில் நல்ல செல்வாக்கு இருந்ததே தவிர அவரை ஒரு மக்கள் தலைவர் என்று சொல்லமுடியாது. ஒரு போராட்டம் என்று இறங்கினால் அவருக்குப் பின்னால் பத்துபேர் சேருவார்கள் என்பதற்கு உத்தரவாதம் இல்லை. ஆனால் விஷயம் தெரிந்த மனுஷன். அமெரிக்க அரசியல் சாசன சட்டத்தை அமைத்ததில் அவருக்கு முக்கியப் பங்கு இருந்தது.

வாஷிங்டனுக்கே கூட தாம் பதவி விலகிக்கொண்டு ஆடம்ஸை ஜனாதிபதியாக்கிவிடலாம் என்பது தான் யோசனை. அமைச்சரவை சகாக்களுடன் இதுகுறித்துப் பேசிப்பார்த்தார்.

ஆனால் ஆடம்ஸ் உட்பட அத்தனைபேருமே இதை கட் அண்ட் ரைட்டாக மறுத்துவிட்டார்கள். அமெரிக்க அரசியல் சாசன சிற்பிகள் என்று வருணிக்கப்படும் மேடிசன், வில்லியம் ஜெ·பர்ஸன் போன்றவர்கள் வாஷிங்டனின் முடிவைக்கேட்டு கிட்டத்தட்ட அலறியே விட்டார்கள்.

ஏனெனில் வேறொரு அதிபர் என்று மக்கள் நினைத்துக் கூடப் பார்க்காத காலம் அது. நாலு வருஷம் தான் அதிபர் பதவி என்றாலும் வாஷிங்டனின் இடத்தில் இன்னொருத்தரை அவர்கள் அப்போதைக்கு நிச்சயம் ஒப்புக்கொள்ளமாட்டார்கள் என்று எல்லாருமே நினைத்தார்கள். தேர்தலில் வாஷிங்டன் தான் மீண்டும் நின்றாகவேண்டும் என்று ஒரே குரலில் எல்லாரும் சொல்லிவிடவே அவருக்கு வேறு வழியில்லாமல் போய்விட்டது.

வாஷிங்டன் மறுபடியும் ஜனாதிபதியானார். மக்களாட்சி வந்தது.
